# पुन्हा अक्करमाशी

### (आत्मकथा)

## शरणकुमार लिंबाळे

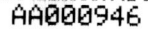

## दिलीपराज प्रकाशन प्रा. लि.

२५१   क, शनिवार पेठ, पुणे – ४११०३०.

**PUNHA AKKARMASHI**
**By Sharankumar Limbale**
sharankumarlimbale@yahoo.com

**प्रकाशक**
राजीव दत्तात्रय बर्वे
मॅनेजिंग डायरेक्टर
दिलीपराज प्रकाशन प्रा. लि.
२५१ क, शनिवार पेठ, पुणे - ३०

**प्रथमावृत्ती**
१५ ऑगस्ट १९९९

**द्वितीयावृत्ती**
१५ जुलै २००३

**तृतीयावृत्ती**
१५ जून २००७

**चतुर्थ आवृत्ती**
१५ डिसेंबर २०११

**प्रकाशन क्रमांक -**
८९८

**ISBN -**
81 - 7294 - 241 - 9

**मुद्रक**
Repro India Ltd, Mumbai.

**टाईपसेटिंग**
पितृछाया मुद्रणालय
९०९, रविवार पेठ, पुणे - २.

**मुखपृष्ठ**
शिरीष घाटे

**रेखाटने**
भ. मा. परसवाळे

आदरणीय डॉ. सूर्यनारायण रणसुभे सर
यांना
श्रद्धापूर्वक !

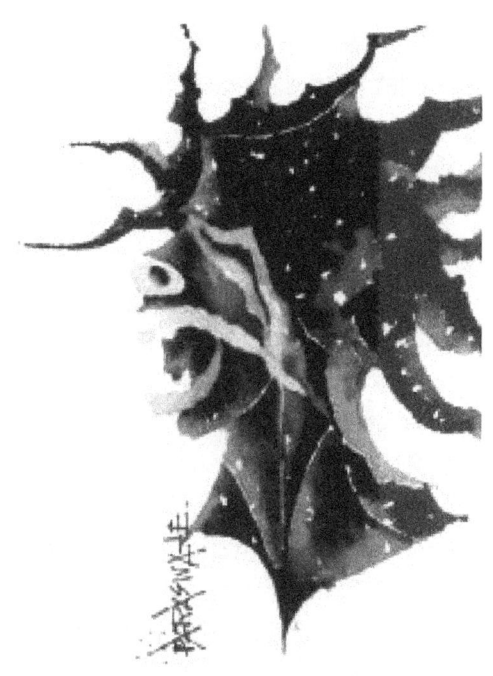

हे उत्खनन आहे; एका आयुष्याचं. हजारो वर्षांपासून गावकुसाबाहेर गाडलेल्या दुःखाचं. मातीचे प्रचंड उपसलेले ढीग म्हणजे अन्याय,अत्याचार, दारिद्र्य, अपमान आणि अस्पृश्यतेचे दाहक अनुभव. हे मातीचे ढीग उपसले नसते, तर एका प्राचीन सत्याचा शोध लागला नसता. हे प्राचीन सत्य म्हणजे माझ्या अस्मितेचा शिलालेख. आंबेडकरी लिपीतल्या अक्षरांनी कोरलेला.

अनेकजणी रखेली होत्या. कैकजण रखेलींची मुलं होती. त्या सर्व रखेलींनी आत्मचरित्र लिहिलं नाही; किंवा त्यांच्या मुलांनीही. त्यांनी अंगवस्त्र म्हणून मिरवण्यात स्वतःला धन्य मानलं. मी आत्मचरित्र लिहिलं; वयाच्या पंचविसाव्या वर्षी. अक्करमाशी. ते मराठीत प्रचंड चर्चित ठरलं. त्याचे हिंदी, कन्नड, पंजाबी भाषेत अनुवाद प्रकाशित झाले. अनुवादही बहुचर्चित ठरले. 'अक्करमाशी' चा इंग्रजी, गुजराथी अनुवाद होतो आहे. उडिया अनुवाद झाला आहे. कोकणी अनुवाद झाला आहे. पंधरा वर्षापूर्वी जुलै १९८४ मध्ये हे पुस्तक प्रकाशित झालं. आता पुन्हा एकदा १९९९ मध्ये ह्या पुस्तकाची नवीन निर्मिती प्रकाशित होत आहे. मी ठरवलं, पुन्हा एकदा नव्याने आत्मचरित्र लिहायचं. पहिलं बोली भाषेत लिहिलं होतं. दुसरं प्रमाण

भाषेत लिहिलं. पहिलं पंचवीस वर्षांचं. जीवन आणि वाङ्मयाचं आकलनही पंचविशीतलंच. आज वयाच्या चाळीशीनंतर जीवन आणि वाङ्मयाचं आकलन बदललं असेल. तर त्याचं प्रतिबिंब ह्या लेखनात शोधता येईल.

'अक्करमाशी' चं नीट संपादन झालं नव्हतं. अनुभवांची सलग आणि सरळ मांडणी केली नव्हती. त्याच त्या नावांची अनेक पात्रं होती. नात्यांचा नीट उलगडा होत नव्हता. बोली भाषा अनेकांना क्लिष्ट वाटत होती. पानोपानी व्यक्त झालेलं चिंतन आत्मचरित्रातला अनावश्यक मजकूर वाटत होता. ह्या सर्वांचा पुनर्विचार करण्याचं ठरवलं. जुने 'अक्करमाशी' विचारात न घेता नव निर्मिती करण्याचं ठरवलं. एक वेगळंच नवीन पुस्तक लिहून झालं. कुणाला पहिलं पुस्तक आवडेल. कुणाला दुसरे. कोणी दोन्ही पुस्तकांची तुलना करण्याचाही प्रयत्न करेल.

चाळिशीनंतर हे आत्मचरित्र लिहिलं असलं तरी वयाच्या पंचवीस वर्षाच्या आयुष्याविषयीच तपशीलाने लिहिले आहे. त्यानंतरच आयुष्य अजूनही धुक्यातच आहे. ह्यासाठी पुन्हा एकदा नव्याने आत्मचरित्र लिहिण्याची गरज निर्माण झाली.

समाजाला वाटलं, मी समाजाची बदनामी करतोय. कुटुंबाला वाटलं, मी कुटुंबाची बदनामी करतोय. मी कुणाचीही बदनामी केली नाही. मी केवळ बदनाम व्यवस्थेचा पंचनामा केला आहे. हे आयुष्य एकट्याचं नाही. असं आयुष्य अनेकांचं असू शकतं. त्या सर्वांच्या दुःखाला वाचा फोडली आहे.

दलित साहित्य केवळ दलित वाचकांपर्यंत सिमीत नाही. दलित साहित्याचा जसा दलित वाचक आहे, तसा सवर्ण वाचकही मोठा आहे. ह्या दोन्ही वाचकांच्या दलित साहित्याकडून अपेक्षा वेगळ्या आहेत. अपेक्षा आणि अभिरूचीच्या संघर्षातूनच दलित लेखकाला स्वतःचा एक वाचक वर्ग तयार करावा लागेल. बांधिलकी आणि शब्द माध्यम ह्या दोन्हीच्या संबंधांची प्रगल्भ जाण घेऊनच दलित लेखकाला लिहावे लागणार आहे.

आत्मचरित्र हा वाङ्मय प्रकार तसा खूप सोपा आणि साधा आहे. आत्मचरित्र कोणीही लिहू शकतं. ह्यासाठी प्रतिभेची गरज नाही. वाचकही आत्मचरित्राकडून प्रतिभेची अपेक्षा करत नाही. आत्मचरित्र वाचण्यामागे नवी आयुष्ये समजून घेण्याचा वाचकांचा प्रयत्न असतो. जीवनाविषयीची अमाप जिज्ञासा आणि जिव्हाळा ह्यामुळेच वाचक साहित्याकडे वळतो. साहित्यातून अज्ञात अनुभवांना गवसणी घालण्याचा प्रयत्न असतो. साहित्यातील अनुभवांची आपल्या सुखदुःखाशी सांगड घालण्याचा वाचकांचा प्रयत्न असतो. जो तो आपल्या परीने जीवनाचा अर्थ लावत असतो. ह्या प्रक्रियेत साहित्य वाचकाला मित्रासारखे मदत करत असते. आत्मचरित्रे ही भूमिका खूप परिणामकारकपणे निभावू शकतात.

आत्मचरित्रातील सुख दुःखाचे प्रसंग वाचकाला अंतर्मुख करतात. आत्मचरित्रातील आयुष्य वाचकाला अनेक अनुभवांच्या गुहेतून फिरवून आणत असते. आत्मचरित्रातील अनुभव वाचकाला आपल्या आयुष्याच्या आकलनासंदर्भात मोलाचे ठरू शकतात. वाचक आत्मचरित्राकडून प्रतिभेपेक्षा कलावंताच्या प्रामाणिकपणाचीच अपेक्षा अधिक करत असतो. कुठलेही आत्मचरित्र वास्तव अनुभव, कलावंताचा प्रामाणिकपणा, कलावंताचे जीवनाविषयीचे सखोल ज्ञान आणि जगण्यातील मनुष्यता ह्यावरच श्रेष्ठ किंवा कनिष्ठ दर्जाचे ठरत असते. आत्मचरित्रातील अवास्तव रंजकता, काल्पनिक अनुभवांची रेलचेल, ढोंगीपणा, दंभ आणि जीवनाविषयीचे अपुरे आकलन ह्यामुळे ते आत्मचरित्र खोटे आणि तकलादू ठरू शकते. आत्मचरित्रात प्रतिभा नसते असे नाही. आत्मचरित्रकार आपले जगलेले आयुष्य पुनः पुन्हा आठवतो. गतकाळात जगलेल्या अनुभवांची नीट मांडणी करतो. मांडणी करताना साधे, किरकोळ अनुभव वजा करून विशेष अनुभवांची जंत्री तयार करतो. हे विशेष अनुभव लोकांना सांगताना त्याच्याकडे जगलेल्या आयुष्यातून लाभलेली एक जीवन दृष्टी असते. आत्मचरित्रकार ज्या वयाचा, ज्या वृत्तीचा, ज्या समाजाचा, ज्या परिस्थितीचा, ज्या काळाचा, ज्या दृष्टीचा आणि ज्या प्रतिभेचा अपत्य असेल त्याचेच प्रतिरूप आत्मचरित्रात व्यक्त होते. आत्मचरित्र हे त्या व्यक्तिच्या वकूबाची वाड्.मयीन गोळा बेरीज असते.

आत्मचरित्र हे प्रत्येकाच्या आयुष्याचा आरसा असला पाहिजे. आरशासारखे स्वच्छ आयुष्य आत्मचरित्रात असतेच असे नाही. आपल्या आयुष्यातील अनुभव आठवताना काही अनुभव विस्मरणात जाण्याची शक्यता असते. काही अनुभवांना मुद्दाम म्हणून टाळण्याचीही शक्यता असते. काही अनुभव लिहिण्यास लौकिक जीवनात त्याचे गंभीर पडसाद उमटू शकतील ह्या भीतीने लेखक काही अनुभवांकडे डोळेझाक करू शकतो. आपली समाजातील पत, आपलं भूत आणि भविष्य, आपले वर्तमानातील हितसंबंध, समाज आणि शासनाचे भय, नीतीमूल्यांची चाड ह्यामुळे लेखक आपल्या आयुष्यातील काही अनुभवांना कात्री लावत असतो. असे ही घडते, आत्मचरित्रातील सर्वच प्रसंग हे त्या लेखकाचेच असतात असे नाही. काही प्रसंग लेखकांनी ऐकलेले, पाहिलेले, काही कल्पनेने निर्माण केलेलेही असू शकतात. अशा अनुभवांची संख्या प्रमाणापेक्षा जास्त असेल तर त्या लेखकाच्या प्रामाणिकपणाविषयी शंका निर्माण होऊ लागते. सनसनाटी म्हणून, वाचक प्रियता मिळवण्यासाठी, लोकांची सहानुभूती मिळवण्यासाठी, आपल्या हितसंबंधांना जोपासण्यासाठी लेखनात काही खोट्या प्रवृत्तींचा शिरकाव होऊ शकतो. उगीच एखाद्याला देवत्व देणे किंवा दानवपणा बहाल करणे ही लेखनातील अपप्रवृत्ती

आहे. ह्यामुळेच लेखकाच्या हेतूविषयी शंका निर्माण होऊ लागते. लेखकाच्या हेतूविषयी वाचकाच्या मनांत जेव्हा शंका निर्माण होऊ लागते. तेव्हाच वाचक आणि लेखक ह्यांच्या नात्यात, समानधर्मीपणात वितुष्ट येऊ लागते.

आत्मचरित्राच्या खूप मर्यादा आहेत. आत्मचरित्रातील पात्रांना त्यांचे स्वतःचे आयुष्य असते. ती पात्रे त्यांच्या मर्जीप्रमाणे जगत असतात. इथे मुद्दाम म्हणून कुणाला खलनायक करता येत नाही. कुणाचा हवा तसा हवा तेव्हा अंत करता येत नाही. लेखकाला कांदबरीत कुणालाही नायकत्व देता येते. कुणाचाही कसाही शेवट करता येतो. पण आत्मचरित्रातील पात्रे जिवंत असतात. ते त्यांचे जीवन जगत असतात. ते त्यांचे मरण पत्करत असतात. इथे लेखकाचे काहीच चालत नाही. ह्या पात्रांना त्यांचे पूर्ण स्वातंत्र्य देऊनच त्या पात्रांशी असलेले लेखकांचे थोडे थोडके संबंध सर्वांगाने व्यक्त करायचे असतात. इथेच लेखकाच्या जीवन दृष्टीचा आणि मनुष्यतेचा कस लागतो. लेखकाने एखाद्या पात्राचे सूड बुध्दीने चित्रण करणे, एखाद्या पात्राला आपल्या हितसंबंधांसाठी वापरणे, एखाद्या पात्राला कलाकृतीच्या गरजपूर्तीसाठी निर्माण करणे, एखाद्या पात्राला त्याच्या मर्यादा, त्याची परिस्थिती ह्याचा विचार न करता त्याचे मूल्यमापन करणे ही प्रवृत्ती लेखकाच्या मनुष्यभावाला काळिमा लावत असते. लेखकाने राग-लोभ, प्रसिद्धी-प्रतिष्ठा, परिणाम-फलश्रुती ह्या पलिकडे पोहचून समग्र जीवनाचा विचार केला पाहिजे. हा विचार जितक्या खोलवर आणि तपशीलाने करता येईल तितकी कलाकृती चांगली होईल. वाचकांना आपलीशी वाटेल.

वाचक हा कुठलाही कलाकृतीचा अंतिम निकष होऊ शकत नाही. वाचकांना डोळ्यापुढे ठेवून लिहिण्यामुळेच कलाकृतीत काही वाईट तत्वांचा शिरकाव होतो. कुठल्याही कलाकृतीचा अंतिम निकष हा माणूसच असला पाहिजे. संपूर्ण माणूस.

आपल्या आयुष्यातील अनुभव आठवणे, त्यांच्या नोंदी करणे, अनुभवांची योग्य निवड करणे, अनुभवांची क्रमवारी लावणे, अनुभवांची चित्किसा करणे, अनुभवातील 'मी पणा' काढून त्या अनुभवांना सार्वत्रिक करणे, ह्या अनुभवांना सृजनक्षम बनवणे, ह्या अनुभवांना निरपेक्षपणे व्यक्त करणे, व्यक्त झालेल्या अनुभवांना पुनः पुन्हा वाचणे, त्यावर संस्कार करणे ह्या सर्व प्रक्रियेतून आत्मचरित्र ह्या वाङ्मय प्रकाराची कलाकृती सिद्ध होत असते. ह्या सर्व पातळ्यांवर लेखकाला आपल्या अनुभवांशी प्रामाणिक असावे लागते. आत्मचरित्राची परिणामकारकता ही त्यातील प्रामाणिकपणाशी, सत्याशी, वास्तवतेशी निगडीत असते. आत्मचरित्र हा वाङ्मय प्रकार लिहायला, वाचायला जरी सोपा वाटत असला तरी तो नाजूक, स्फोटक आणि संवेदनाक्षम असा असतो. आत्मचरित्राकडे निव्वळ वाङ्मय म्हणून

कोणी पाहात नाही. आत्मचरित्र वाङ्मयापेक्षाही अधिक अवाङ्मयीन दस्ताऐवजाच्या रूपात व्यक्त झालेले असते. आत्मचरित्रातील व्यक्ती व परिस्थितीचा अर्थ हा तत्कालिन जीवनाच्या संदर्भात लावला जात असतो.

दलित आत्मचरित्रे ही त्या आत्मचरित्रातील अनुभव आणि विषम व्यवस्था ह्यातील शोषण संबंधांवर 'क्ष' किरण टाकणारी आहेत. ही आत्मचरित्रे शोषणाचा इतिहास कथन करणारी आहेत. ह्या आत्मचरित्रात शोषण विरोधी भूमिका कार्यरत आहे. दलित लेखकांचा हेतू स्पष्ट आहे, तो म्हणजे, 'गुलामाला गुलामीची जाणीव करून देणे.' दलित लेखकाच्या ह्या भूमिकेमुळेच वाचकांची अपेक्षा आणि अभिरूची ह्यामध्ये तणाव निर्माण झाला आहे. हा तणाव सामाजिक तणाव आहे. सामाजिक ताणतणाव घेऊन कुठल्याही कलाकृतीचे नीट आकलन होणार नाही.

हिंदूच्या मंदीरात जाताना, मुस्लिमांच्या मस्जिदीत जाताना, शिखांच्या गुरूद्वारात जाताना, ख्रिश्चनांच्या चर्चमध्ये जाताना, बौध्दांच्या विहारात जाताना तिथल्या प्रथा आणि परंपरांचे पालन करावे लागते. आपल्याला मस्जिदीत जायचे असेल तर डोक्यावर वस्त्र धारण करावेच लागेल. त्या शिवाय मस्जिदीत जाता येत नाही. कलाकृतीचेही तसेच आहे. कलाकृतीच्याही वाचकांकडून काही अपेक्षा असू शकतात. विनोदी साहित्य वाचताना विनोद बुद्धी जागी असावी लागते. बाल साहित्य वाचताना बालमन जागे असवे लागते. दलित साहित्य वाचतानाही वाचकाला इथली समाजव्यवस्था माहीत असणे आवश्यक होते. जातिव्यवस्थेकडे डोळे झाक करून दलित साहित्य समजून घेता येणार नाही.

मोठ्या पदांवरील व्यक्तिंची आत्मचरित्रे त्याची कारकीर्द जाणून घेण्यासाठी वाचली जातात. त्याच्या आयुष्यात त्याने घेतलेले निर्णय, डावपेचाचे राजकारण, अडचणी आणि त्यांनी मिळवलेले यश जाणून घेणे ही वाचकांची जिज्ञासा असते. सिनेमातील नायक-नायिकांची आत्मचरित्रे वाचताना त्याचे खाजगी आयुष्य, त्यांच्या जीवनातील चढ-उतार, यशापयश आणि परिश्रम जाणून घेण्याची वाचकांची इच्छा असते. दलित लेखकाचे आत्मचरित्र वाचताना मात्र त्या व्यक्तीच्या जीवनापेक्षा त्या व्यक्तीचा समाज, त्या समाजावर होणारे अन्याय-अत्याचार, त्यांचं शोषित जीवन आणि संघर्ष जाणून घेण्याची वाचकाची इच्छा असते. इथे व्यक्तीपेक्षा समाज महत्वाचा घटक ठरताना दिसेल.

दलितांची आत्मचरित्रे वाचून 'काय भोगलय!' 'असं आयुष्य शत्रूच्याही वाट्याला येऊ नये.' 'आपण ह्यांच्यापेक्षा सुखी आहोत' 'आपण दलितांवर अन्याय करणाऱ्या समाजातील आहोत' 'आपण ह्या समाजासाठी काही तरी केलं पाहिजे' 'असं आयुष्य आपण जगू शकलो नसतो' अशा भावना सवर्ण वाचकांच्या मनात

निर्माण होतात. सवर्ण वाचकांच्या मनात एक प्रकारची करूणा, दया किंवा एक प्रकारची आत्मसंतुष्टता किंवा एक प्रकारचा अपराधीपणा निर्माण होतो.

दलित वाचकांच्या मनात चीड, संताप, बंडाची भावना निर्माण होते. काही दलित वाचकांना असे आत्मचरित्र वाचून लाजही वाटत असते.

आत्मचरित्र जरी एका लेखकाचे असले, तरी त्या लेखकाचे नातेवाईक, समाज, प्रदेश आणि परिस्थिती ह्याचेही त्यात चित्रण झालेले असते. म्हणूनच माझी बायको म्हणते, 'हे सगळं कशाला लिहिता?' माझी आई म्हणते, 'ह्याला मी जन्म दिला आणि ह्याने माझी बदनामी केली' माझे गाववाले म्हणतात,'ह्याला लिहायचे होते तर स्वतःविषयी लिहावे. गावाविषयी लिहिण्याचा ह्याला अधिकार काय?' माझा समाज म्हणतो, 'लिंबाळेनी दलित स्त्रीला पाटलाची रखेल दाखवून दलित समाजाची बेइज्जत केली आहे' म्हणजेच आत्मचरित्र हे त्या लेखकाचे जसे असते, तस ते समष्टीचेही असते.

लेखक आत्मचरित्र का लिहितो ह्याचाही विचार केला पाहिजे. 'मला माझं जीवन इतरांपेक्षा वेगळं वाटलं म्हणून मी लिहिलं' ही एक भूमिका असू शकते. आपल्यावर झालेल्या अन्यायाचा बदला घेण्यासाठीही काहीजण आत्मचरित्राकडे वळतात. लौकिक जीवनात ते शत्रूचा मुकाबला करू शकत नाहीत म्हणून ते आत्मचरित्राच्या आधाराने आपल्या शत्रूचा मुखवटा फाडण्याचा प्रयत्न करतात. अशा वेळी 'हे काल्पनिक आहे' 'ह्याचा कोणाशी संबंध नाही' असे पलायनवादी खुलासेही लेखकाला करावे लागतात. आपल्या आयुष्याचा सार्थ गौरव, आपल्या आयुष्यातील यशाचे रहस्य सांगण्यासाठीही काहीजण आत्मचरित्र लिहितात. अशी पुस्तके आत्मस्तुतीने ओतप्रोत भरलेली असतात.आपलं दुःख, आपल्या व्यथा इतरांना कळावी म्हणूनही आत्मचरित्राचा आधार घेतला जातो. अशा लेखनाचे स्वरूप कैफियतीसारखे असते. एखाद्या पुस्तकाला प्रसिध्दी मिळाली की वाचक म्हणतात, 'हे सनसनाटीसाठी लिहिले आहे', एखाद्या पुस्तकाला मोठे पुरस्कार लाभले की वाचक म्हणतात, 'हे पैशासाठी लिहिले आहे', एखाद्या लेखकाचे सत्कार, सन्मान होऊ लागले की, 'हे प्रसिध्दीसाठी लिहिले आहे' अशी चर्चा होऊ लागते. 'ह्यांनी आपल्या दुःखाचे भांडवल केले' अशीही टीका होऊ लागते. ह्यातून वाचक आणि लेखकाचा आत्मचरित्राकडे पाहण्याचा दृष्टीकोन स्पष्ट होतो.

मी पंचविशीत आत्मचरित्र लिहिलं. शरीरानेही खूप किरकोळ होतो. ह्यामुळे अनेकजणी आणि जण मला नेहमीच विचारायचे, 'इतक्या लहान वयात तुम्हाला असे कोणते अनुभव आले?' वय वर्षांने मोजायचे नसते. वय अनुभवांनी मोजायचे असते. ज्यांची वर्षे अधिक त्यांच वय मोठं. हे गणित चुकीचं आहे. ज्याची वेदना

मोठी त्याचं आयुष्य मोठं हे समीकरण मला उचित वाटतं. मला वयापेक्षा वेदना महत्वाची वाटते. अनुभव महत्वाचे वाटतात.

मध्यमवर्गीय वाचक दलित आत्मचरित्रे केवळ रूची पालट म्हणून वाचत असतो. त्याला प्रबोधन- परिवर्तनाशी काही देणे घेणे नसते. अशा पुस्तकांमुळे ग्रंथालयातील कपाटाचा एक कप्पा भरू शकेल, फार काही होणार नाही अशीही बतावणी होताना दिसते. मध्यमवर्गीय वाचकांनी दलित साहित्य कसे वाचावे ह्याबाबतचे आदेश दलित लेखक काढू शकत नाही. लेखक जसा स्वतंत्र वृत्तीचा; तसा वाचकही स्वतंत्र वृत्तीचा असतो. लेखकाला 'काय लिहावे, कसे लिहावे' हे सांगणे गैर, तसेच वाचकालाही 'काय वाचावे, कसे वाचावे' हे सांगणे गैर. एखाद्या लेखकाने वाचकांकडून काही अपेक्षा बाळगणे, किंवा वाचकाने लेखकांकडून काही अपेक्षा बाळगणे हा व्यवहार रूढ आहे; इतकेच.

दलित वाचकांची एक तक्रार असते. त्यांना आपल्या भूतकाळाची लाज वाटत असते. आपण मृतमांस खाल्ले, जनावरे ओढली, आपणावर अन्याय झाला, आपण अस्पृश्य होतो हे त्यांना आपल्या नव्या पिढीला सांगायचे नसते. ही प्रवृत्ती शिक्षित दलितांची आहे. शिक्षित दलितांचा सवर्णांमध्ये समानतेने वावर होतो आहे. आपल्या सवर्ण सहकाऱ्यांना हे लाजिरवाणे जीवन कळू नये अशी त्यांची अपेक्षा असते. 'आपण आता बौद्ध झालो आहोत. आपण आपलं स्वाभिमानी चित्रण केलं पाहिजे' अशी शिक्षित दलितांची मागणी असते. त्यांना अन्याय-अपमान चव्हाट्यावर मांडू नयेत असे वाटत असते. पण गुलामाला गुलामी कळली पाहिजे. त्याशिवाय तो बंड करून कसा उठणार? मध्यम वर्गीय माणूस मग तो कुठल्याही समाजाचा असो तो सतत बंडापासून दूर पळत असतो.

'दलित लेखक बंगल्यात रहात आहे. त्यांची बांधिलकी संपली आहे. त्याला ब्राह्मणी समीक्षक संपवत आहेत. त्याला सवर्ण समाज पुरस्कार देऊन विकत घेत आहे' अशीही हाकाटी पेटवली जाताना दिसते. दलित लेखकाने कायमचे झोपडीत रहावे. झोपडीत राहिल्यावरच त्याची दलित समाजाशी नाळ घट्ट राहील. तो बंगल्यात गेला की आपली बांधिलकी विसरेल अशी ही टीका असते. बांधिलकी ही बंगला किंवा झोपडीशी निगडीत नसते. ती विचारांशी जखडलेली असते. लेखक आणि लोक ह्यांच्या नात्याचे स्वरूप म्हणजे बांधिलकी होय. एक दोन दलित लेखक बंगल्यात रहात असतील. सर्वच दलित लेखक बंगल्यात रहातात असे वास्तव नाही.

'दलित लेखक एका पुस्तकात संपतो. आत्मचरित्र लिहिले की आयुष्यातील सर्व रॉ मटेरिअयल संपते. पुन्हा तो नवनिर्मिती करू शकत नाही. आत्मचरित्र हे

आयुष्याच्या शेवटीच लिहावे' अशी एक भूमिका मांडली जाते. आत्मचरित्र तारूण्यात लिहिल्यामुळे ताजे अनुभव विसरण्याची भीती नसते. ताजे अनुभव, अनुभवातील जोश जसाच्या तसा व्यक्त होऊ शकतो. आत्मचरित्र लिहिण्यासाठी ठराविक वयाचा निकष योग्य वाटत नाही. वयाबरोबर जीवन आणि वाङ्मयाचे आकलन बदलत जाते. कारण वयाबरोबर माणसाचे अनुभव आणि अभ्यास वाढत जातो. ह्याचा फायदा उशिरा आत्मचरित्र लिहिण्यामुळे होतही असावा. पण कमी वयातही आकलन महत्वाचे नसते असेही नाही.

आत्मचरित्र लिहिण्यामुळे आयुष्य रिकामे होते असे नाही. आयुष्य हे विहीरीसारखे असते. कितीही पाणी उपसले तरी पाणी झिरपतच असते. पुन्हा विहीर भरते. कल्पना आणि प्रतिभेवर जगणाऱ्या लेखकाला अनुभवांची गरज नसते. तो कल्पना आणि प्रतिभेने प्रतिविश्व निर्माण करत असतो. अनुभवांच्या आधारे लिहिणाऱ्या लेखकाला नेहमीच नवीन अनुभवांची ओढ असते. तो नव्या अनुभवांच्या शोधात रहातो. होमवर्क करतो. लिहितो.

इथे एक मुद्दा मुद्दाम लक्षात घ्यावा. तो म्हणजे सर्वच आत्मचरित्रकार लेखक नसतात. आत्मचरित्रे लिहिणाऱ्या सर्वांनी साहित्याची निर्मिती करावी, ही अपेक्षा चुकीची आहे. काहीजण केवळ आत्मचरित्र लिहितात. काहीजण लेखक असतात. ते विपूल लिहितात. दलित लेखक 'दलित साहित्यच लिहितो. त्याला ललित साहित्य लिहिता येत नाही' अशीही टीका होताना दिसते. मी 'अक्करमाशी' नंतर ललित लेखनाचा भाग म्हणून 'राणीमाशी' लिहिले. तेव्हा वाचक म्हणाले, 'आम्ही अक्करमाशीचं कौतुक करू. राणीमाशीचं नाही. परिवर्तनासाठी लिहिण्याची गरज संपली नाही'

अनेक पत्रे आली. 'अक्करमाशी' तील जीवन खरे आहे काय? 'अक्करमाशी' तील पात्रे आजही जीवंत आहेत का? आत्मचरित्र मुळातंच जीवंत असते. सर्व पात्रे जीवंतच असतात. पुन्हा एकदा 'पुन्हा अक्करमाशी' च्या निमित्ताने लिहिताना आनंद होतो आहे. असंख्य वाचकांचं प्रेम कधीही विसरता येणार नाही. मला आशा आहे, मराठी वाचक 'पुन्हा अक्करमाशी'चं पुन्हा एकदा नव्यानं स्वागत करतील.

– डॉ. शरणकुमार लिंबाळे

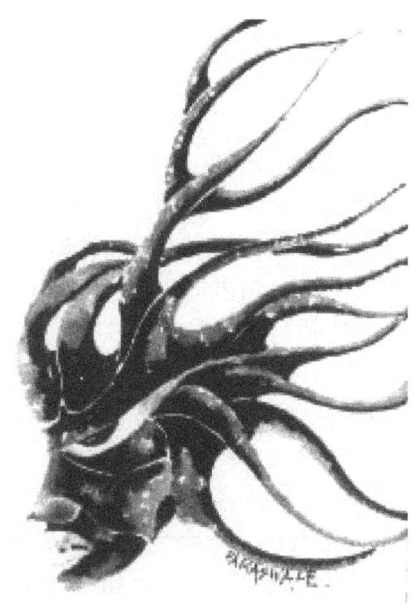

माझ्या जन्माने तमाम पाटील जमिनदारांचे घरंदाज वाडे अस्वस्थ झाले असतील.

माझ्या पहिल्याच उच्छ्वासानं जगातील नीती घाबरली असेल.

माझ्या रडण्यानं इथल्या तमाम कुंतींना पान्हा फुटला असेल.

माझी आई का झाली ह्या बलात्काराला राजी?

का रिचवला हा अनैतिक संभोग नऊ महिने नऊ दिवस?

कशासाठी वाढवला हा कडू गर्भ?

किती छळल्या असतील नजरा तिला व्यभिचारी म्हणून?

मी कुण्या वंशाचा वारस?

मी कोण?

मी सवर्ण का? तर माझी आई अस्पृश्य

मी अस्पृश्य का? तर माझे वडिल सवर्ण

माझी नाळ कुणाशी?

मी कोण?

**मा**झी आई मसामाय. मसाई. संताबाईची एकुलती एक मुलगी. संताबाई माझी आजी. संतामाय.

संतामाय, चंदामाय, धोंडामाय ह्या तिघी बहिणी. लक्ष्मण हा त्यांचा भाऊ.

संतामायला तीर्थात दिलं होतं. तिच्या नवऱ्याचं नाव होतं रामा बाळशंकर. तिला एकच मुलगी झाली. मसाई. पुढं मूल झालं नाही म्हणून संतामायला रामानं सोडून दिलं. ती मसाईला घेऊन माहेराला आली. हन्नूरात. चंदामायला बुऱ्हाणपूरात दिलं होतं. तिच्या नवऱ्याचं नाव होतं शिवा बनसोडे. चंदामायला मूल झालं नाही म्हणून शिवाने तिला सोडून दिलं. तीही हन्नूरात येऊन राहिली. धोंडामायला चुंगीत दिलं. तिचं नवऱ्याचं नाव होतं गणपती. तिला दोन मुलं झाली. दत्तू आणि रोहिदास. संतामायचा भाऊ लक्ष्मण. त्यानं सहा बायका केल्या. त्याला मूल झालंच नाही. इथेच कोठेतरी माझा इतिहास सुरू होतोय. हे उत्खनन आहे, एका आयुष्याचं.

भारत एक जातीप्रधान देश. खेडे जाती व्यवस्थेचं माहेर घर. हे उत्खनन कशाचं? काळाचं, समाजाचं की माझं? मला वेगळं व्हायचंय; काळापासून. समाजापासून. पण ते शक्य नाही. काळ आणि समाजाच्या काठातून वाहाणारी संस्कृती मला मुख्य प्रवाहात बुडवते आहे. मी गुदमरतोय. हे गुदमरणं, मरणं आणि तडफडून जगण्यासाठी धडपडणं म्हणजे मी. माझा महारवाडा. गावाकुसातले सवर्ण आणि गावाकुसाबाहेरची अस्पृश्य वस्ती. भारत आणि बहिष्कृत भारताचा हा विद्रूप चेहरा.

संतामाय रस्ते झाडून जगत होती आणि मसाईला लहानाचं मोठं करत होती. मसाईचं हूड बालपण वाढत होतं. महामूद दस्तगीर जमादार हा गावाचा कोतवाल होता. तो गाव राखायचा. दिवे लावायचा. तोही एकटाच होता. त्याची बायको पळून गेली होती. संतामायही एकटी. नवऱ्यानं सोडून दिलेली. दोघेही रस्त्यावर प्रेम करायचे. एकाने रस्ता झाडून, तर दुसऱ्याने रस्त्यावर दिवे लावून.

भारत स्वतंत्र झाला तेव्हाची ही गोष्ट. हैद्राबाद संस्थान स्वतंत्र करण्यासाठी भारतीय फौजा आल्या. फौजेनं हैद्राबाद संस्थान स्वतंत्र केलं. हिंदूंनी मुसलमानांच्या कत्तली केल्या. भारतीय फौजा परतताना आमच्या गावी आल्या. त्यावेळी आमच्या गावाचे पोलिस पाटील सिद्राम पाटील होते. त्यांनी फौजेला जेवण दिलं. फौज जेवली. झाडाखाली विसावली. महामूद दस्तगीर जमादार फौजेच्या दिमतीला होता. महामूदने आपल्या डोक्यावरचा फेटा काढला. त्याला शेंडी नव्हती. फौज खवळली. एका सैनिकाने महामूदवर बंदूक रोखली. त्याचे धोतर फेडले. त्याचे शिस्न तपासले. महामूदला गोळी घालणार तोच सिद्राम पाटील आले. त्यांनी मध्यस्थी केली आणि महामूद जमादारचा जीव वाचला. मसाई महामूद दस्तगीर जमादाराला 'दादा' म्हणायची. महामूदनंच तिला लहानाचं मोठं केलं होतं. तिचं लग्न लावून दिलं होतं.

दादा आणि संतामाय एकत्र राहात होते. दादानं मसाईला पोटच्या मुलीप्रमाणं वाढवलं होतं.

मसाईचं लग्न झालं शेत मजूराबरोबर. विठ्ठल कांबळे त्याचं नाव. तो हणमंता लिंबाळे नावाच्या जमिनदाराकडं सालगडी म्हणून राबत होता. हणमंता लिंबाळे हा बासलेगावाचा पाटील.

मसाई दिवसभर गवत कापायची. बासलेगावाहून अक्कलकोटला चालत यायची. गवताचे भारे शहरात फिरून विकायची. गवत विकायचं. बाजार करायचं. परत चालत बासलेगाव गाठायचं. काम केल्याशिवाय चूल पेटायची नाही. कधी गवत विकायचं, तर कधी लाकडाचे भारे. बासलेगाव ते अक्कलकोट चार मैलांचं अंतर होतं. महाराष्ट्र आणि कर्नाटकाच्या सीमेवर वसलेला अक्कलकोट तालुका. ह्या तालुक्यातल्या हन्नूर ह्या गावाची ही हकिकत. मसाईचं सासर बासलेगाव ह्याचाही विळखा ह्या कथेला आहे.

मसाई हणमंता लिंबाळेच्या शेतावर जाई. कधी आपल्या नवऱ्याच्या जेवणाचा डबा घेऊन, तर कधी शेतावर काम निघालं म्हणून. ती नवऱ्याबरोबर काम करे. मसाई रूपवान होती. तरूण होती. आमच्या जातीत म्हणंच आहे. सुंदर बायको दुसऱ्याची. वंगळ आपली. सुंदर बाईवर सर्वांची नजर असते. मसाईवरही हणमंताची नजर रूतली होती. हणमंता रोज शेतावर यायचा आणि मसाईमागे फिरायचा. हणमंता मसाईच्या रूपानं वेडा झाला होता. तिचं शरीर त्याला कासावीस करत होतं.

मसाई आपला सुखाचा संसार करत होती. मसाईला मूल झालं. पहिलं. त्यांनी त्याचं नाव भानूदास ठेवलं. त्यांच्या सुखाला पालवी फुटली. पण हा मोहोर खूप दिवस टिकला नाही. भानूदास मेला. नंतर रमाकांत जन्मला आणि मसाईचा संसार पुन्हा सावरला. दिवसामागून दिवस गेले.

जमिनदार हा केवळ आपल्या शेतमजूराचाच मालक नसतो, तर तो आपल्या मजूराच्या बायको - मुलाचाही मालक होतो. दोन वेळच्या भाकरीसाठी जमिनदारावर अवलंबून असलेलं शेतमजूराचं घर आपल्या मालकाच्या दयेवर जगत असतं. दया नावाची चीज केवळ गरीबांसाठीच निर्माण केलेली असावी. हणमंता लिंबाळेच्या नजरा मसाईभोवती घुटमळत होत्या. तिला वेढत होत्या. लगट करत होत्या.

विठ्ठल कांबळे शेतात मर मर राबत होता. हणमंता त्याच्या भरल्या संसारात विष कालवत होता. मसाईला पुन्हा मुलगा झाला. त्याचं नाव त्यांनी उमाकांत ठेवलं. दोन मुलांना घेऊन ते दोघे संसार करत होते. पण हणमंतामुळे त्याच्या संसाराला तडे जाऊ लागले. हणमंताबरोबर मसाईचं नाव जोडलं गेलं. अफवा पीकू

लागल्या. चर्चा होऊ लागल्या आणि विठ्ठल कांबळेचं घर ढवळून निघू लागलं.

एक दिवस जात पंचायत बसली आणि मसाईची फारकत झाली. मसाईच्या गळ्यातलं मंगळसूत्र तोडलं. तिच्या बांगड्या फोडल्या. मसाईनं नवऱ्यावर माती ऊधळली आणि आक्रोश केला. तिच्याकडून मुलांना हिसकावून घेण्यात आले. तिची मुलं रडत होती. रमाकांत आणि उमाकांतकडं बघून मसाईचं काळीज तुटत होतं. पती पत्नीची फारकत होऊ शकते. पण माय मुलांची कशी? पण हे जात पंचायचीला कसे कळणार? सर्वांच्या साक्षीनं एक घर मोडलं. मसाईला आता रान मोकळं झालं होतं. नवऱ्यांन सोडलेली बाई. ती जाणार कोठे? हणमंता लिंबाळेनं मसाईला गाठलं. तिला अक्कलकोटमध्ये भाड्याच्या घरात ठेवलं. मसाई तयार झाली. ज्याचा संशय घेऊन तिचा संसार मोडला होता, त्याच्या बरोबरच पुढचं आयुष्य मांडायचं ठरवलं. हणमंतानं मसाईला आपल्या ताब्यात ठेवून घेतलं. हौसेनं. कबूतर पाळावं तसं.

विठ्ठल कांबळेनं हणमंताची नोकरी सोडली. बासलेगाव सोडलं. दोन मुलांना घेऊन मुंबईला गेला. जगण्यासाठी. त्यानं दुसरं लग्न केलं. नवा संसार सुरू केला. रमाकांत आणि उमाकांत आईविना मोठी होऊ लागली.

मसाई आणि हणमंता लिंबाळे अक्कलकोटमध्ये रहात होते. मसाईनं आपलं नवं आयुष्य सुरू केलं होतं. हणमंता आणि मसाई मजेत राहात होते. त्यांनी उघडपणेच एकत्र राहाणं सुरू केलं होतं. त्यांची चर्चा हन्नूर आणि बासलेगावात होत होती.

मसाईला हणमंतापासून गर्भ राहिला. हणमंताला मसाई पाहिजे होती. तिचं शरीर हवं होतं. पण मुलं? ह्या मुलामागं हणमंताचं नाव लागलं तर? त्याच्या कुळाची बदनामी झाली असती.

ज्यांच्याकडे धर्मानं दिलेली वर्णश्रेष्ठतेची सत्ता आहे आणि बाप कमाईची संपत्ती आहे.त्यांनी आपल्या पदरी बायका पाळल्या. दलित, शेतमजूरांच्या बायकांवर हात टाकला. पाटील जमिनदारांनी भोगलेल्या स्वैराचाराची अशी एक संतती आहे. पाटलाची मर्जी सांभाळून जगणारी अशी काही घरं आहेत. अशा घरांना 'पाटलाच्या रांडेचे घर' म्हटलं जातं, तर मुलांना 'पाटलाच्या रांडेची पोरं'. पाटलाच्या येण्या - जाण्यावर खूष होऊन अशा घरांना जगावं लागतं.

मसामाय बाळंतपणासाठी हन्नूरला आली. संतामायकडं. तिचे दिवस भरले होते. पाऊस पडत होता. हरणा नदीला पूर आला होता. रात्रीची वेळ. दादा संतामाय झोपलेले. मसामाय एकटीच जागी. प्रसव वेदना सहन करत. मी टाहो फोडला. दादा जागा झाला. त्याला वाटलं, घरात मांजरांचं भांडण सुरू झालंय. तो

झोपेतून ओरडतंच उठला. तोच मसामाय ओरडली. 'माझं बाळ आहे. मारशील.' दादानं संतामायला जागं केलं. घरात रात्र जागी झाली. अंधाराला दिवसपण आलं.

मला पाळण्यात घालायचं ठरवलं. घरात पाळणा बांधला. संतामायचा भाऊ लक्ष्मण लाकडं फोडायला चालला होता. मसामायनं त्याला बोलावलं, 'अरे मामा बाळाचं तोंड बघून जा' पण लक्ष्मणनं ऐकलं नाही. 'लाकडं तोडून येतो. तेवढंच जळण होईल, बाळाचं पाणी तापवायला.' तो तसाच निघून गेला.

लक्ष्मण घरामागे असलेल्या झाडावर घाव घालत होता. कुऱ्हाडीचे घाव कोसळत होते आणि झाड तुटत होतं. घावांचा आवाज दूरवर पसरत होता. जुनाट भलं मोठं झाड. जवळून जातानाही त्याची भिती वाटायची. वारं सुटलं की, झाडाचा करकरा आवाज यायचा. जणू झाड कोणावर तरी दात खात आहे असे वाटे. झाडावर बसून घुबडं ओरडू लागली की, जीवाचा थरकाप व्हायचा. लक्ष्मण झाडाला भिडला होता. झाड अस्वलासारखं झुलत होतं. थोड्या वेळानं मोठा आवाज झाला. मसाईच्या छातीत धस्स झालं. झाड कोसळण्याच्या बेतात लक्ष्मण पळू लागला. पण झाडानं डाव साधला होता. लक्ष्मणचं डोकं झाडाखाली सापडून चेंदामेंदा झालं होतं. मला पाळण्यात घालण्याऐवजी लक्ष्मणचं प्रेत गाडीत घालून तालुक्याला नेलं. शवविच्छेदनासाठी. मी पांढऱ्या पायाचा ठरलो.

लक्ष्मण मेल्यानंतर संतामाय गावकीची कामं करू लागली. संतामाय रस्ते झाडायची. थंडीच्या दिवसात गावकऱ्यांसाठी शेकोटी पेटवायची. गावची चावडी सारवायची. सरकारी कागदं घेऊन तालुक्याला नेऊन द्यायची. दहा मैल चालावं लागायचं. कधी कधी संतामायचं काम दादा करायचा. दादा गाव राखायचं काम करत होता. एका हातात कंदील दुसऱ्या हातात तलवार घेऊन रात्री गावात फिरायचा. आवाज द्यायचा.

मसामाय मला घेऊन अक्कलकोटला आली. हणमंतानं वागदरी रोडला खोली घेतली होती. शेजारी वैदू लोकांची वस्ती होती. मसामाय मला घेऊन अक्कलकोटमध्ये राहू लागली. माझ्यामुळं मसामाय आणि हणमंतामध्ये भांडणं होऊ लागली. हणमंता म्हणायचा, 'हे मूलं माझं नाही. ह्याचे डोळे कुंभार धोंड्यासारखे आहेत' मसामाय चिडायची. दोघांची भांडणं व्हायची. कुंभार धोंडी हा ब्रिटिश काळातला दरोडेखोर होता. पोलिसांना तो हवा होता. पोलिसांनी कुंभार धोंडीला पकडून देणाऱ्यासाठी बक्षीस जाहीर केलं होतं. कुंभार धोंडी लपून वावरायचा. हन्नूरला आला की, तो संतामायच्या घरी रहायचा. पोलिसांनी संतामायच्या घरावर छापा टाकला होता. पण तो पोलिसांना सापडला नाही. पोलिसांच्या हातावर तुरी देऊन तो पळून गेला होता. कुंभार धोंडीचं सर्वत्र नाव होतं. पोलिसही त्याला

भियाचे. पुढं पोलिसांनी त्याला गोळ्या घालून ठार केलं.

मसामायच्या खोली शेजारी गंगू वैदिण रहात होती. ती मला काखेत घेऊन भीक मागायला जायची. लोक मला पाहून अधिक भीक वाढायचे. मसामाय चिडायची. गंगू वैदिणीबरोबर भांडायची. माझं मूल नेऊ नको म्हणायची. पण गंगू वैदिण ऐकायची नाही.

एके दिवशी मसामाय मला पाळण्यात घालून धुंण धुवत होती. गंगू वैदिण हळूच घरात घुसली आणि मला घेऊन भीक मागण्यासाठी शहरात निघून गेली. मसामाय घरात आली. तिनं पाळण्यात पाहिलं आणि गंगू वैदिणीचा शोध घेण्यासाठी शहरात निघाली. मसामायनं शहर पालथं घातलं. गंगू वैदिण एका घरापुढे उभं राहून भीक मागत होती. मसामायनं तिच्याकडून मला हिसकावून घेतलं. दोघींची भांडणं झाली. 'मी तुझ्या मुलाला मारत नाही. मूल पाहून लोक भीक वाढतात म्हणून घेऊन आलेय.' गंगू वैदिण मला मागत होती. मसामाय मला घेऊन घरी आली. गंगू वैदिण भीक मागत पुढं गेली.

लहानपणी मी गोरा होतो. पण गोवर आला आणि माझा रंग जळून गेला.

हणमंता आता तुसड्यासारखं वागत होता. मसामाय आणि त्याच्यात ताणतणाव वाढले होते. तो महिने महिने घरी येईनासा झाला. भांडण वाढत चाललं. घरातलं अन्न धान्य संपलं. तरी मसामाय तशीच दिवस काढू लागली. मला कडेवर घेऊन अक्कलकोट मध्ये फिरायची. हणमंताचा शोध घ्यायची. एक दिवस हणमंताची रस्त्यावर भेट झाली. दोघात खूप वाद झाला. मसामायनं घरातलं सामान विकून भाडं दिलं आणि मला घेऊन हन्नूर गाठलं.

मसामाय आणि संतामायची भांडणं झाली. 'तुझं लग्न करून दिलं होतं. नीट नांदली नाहीस. आता तुझं कसं होणार?' मसामाय रडत होती. 'माझं मी राहिन, मुलाला घेऊन.' मसामायनं निश्चय केला होता. मसामायनं पुन्हा एकदा आयुष्याला मांडलं.

आयुष्यातील अमूल्य गोष्टी नष्ट झाल्यानंतर शुष्क जीवनातील पालापाचोळा अलंकारसारखा मिरवण्यात अर्थ काय? आयुष्यातून उठल्यानंतर केवळ बेहद्द कोसळणंच शिल्लक राहातं. तिचं चारित्र्य नष्ट झालं होतं. पातिव्रत्य नष्ट झालं होतं. आता केवळ एक देह होता; तिच्याजवळ. जगविण्यासाठी आणि जगण्यासाठी. मसामायच्या आयुष्यात पुन्हा एका परपुरूषानं प्रवेश केला. तिलाही कोणाचा तरी आधार हवाच होता. हा परपुरूष हन्नूरचा पोलिस पाटील होता. यशवंतराव सिद्रामप्पा पाटील हे त्याचं नाव.

महारवाड्यातील चार पाच मुलं शाळेत जाऊ लागली म्हणून मीही शाळेत जाऊ लागलो. मी प्रथमच गावात गेलो होतो. शाळाही प्रथमच पाहिली होती. शाळेतील मुलं, शिक्षक, खुर्ची, छडी आणि गावकरी पाहून मला एका नव्या जगांत

माझी आई महार. आईची आई संतामाय महार. म्हणून मी महार का? माझे वडील लिंगायत. वडीलांचे वडिल लिंगायत. म्हणून मी लिंगायत का? आजा महामूद दस्तगीर जमादार. मुसलमान. त्याचे वडील मुसलमान. म्हणून मी मुसलमान का? गाव आमच्या वस्तीला 'महारवाडा' म्हणून बहिष्कृत समजे. महारवाडा मला 'अक्करमाशी' म्हणून हिणवत असे.

असे हे फासे, माझ्या भोवती आवळलेले.

आल्यासारखं वाटलं.

गाव म्हणजे एक प्रचंड दहशत.

संतामाय मला शाळेत सोडण्यासाठी आली होती. मी संतामायबरोबर चालत होतो. रस्त्याने चालताना संतामाय मला अनेक सूचना देत होती. पुढून गाववाला आला तर रस्त्याच्या बाजूला व्हायचं. त्याला रस्ता द्यायचा. त्याला शिवायचं नाही. ह्या रस्त्यावर चालण्याचा पहिला अधिकार त्यांचा. मी 'हो' म्हणत होतो. आम्ही चावडीपुढं आलो. चावडीत सरपंच आणि गावातील माणसं बसली होती. संतामायनं पायातल्या चपला हातात घेतल्या. चावडीपुढून वाकून आम्ही पुढे गेलो. संतामाय सांगत होती. 'चावडीपुढून चपल घालून जायचं नाही. चावडीत गावातील मोठी माणसं बसलेली असतात' मी 'हो' म्हणत होतो.

दुसऱ्या दिवशी मी दादाबरोबर गावात गेलो. दादा मला सांगत होता 'बाशा मुल्ला सरपंच आहेत. ते दिसले की त्यांना आलेकूम सलाम कर.' मी 'हो' म्हणायचो. बाशा मुल्ला दिसले की मी 'आलेकूम सलाम' करायचो. मला उगीच आपण मुसलमान आहोत असं वाटायचं.

शाळेत जाऊन महिना उलटला. शिक्षक माझ्याजवळ आले आणि विचारले, 'तुझ्या वडिलाचं नाव काय? तुझं नाव हजेरीत घालायचं आहे' मला वडिलांचं नाव माहीत नव्हतं. मलाही वडिल असू शकतो ही कल्पनाच अजब वाटली. मी शिक्षकाकडे पाहून खुदकन हसलो. शिक्षक गोंधळले. मी घराकडं पळत सुटलो. आईला वडिलाचं नाव विचारण्यासाठी.

मसामाय दारातच बसली होती. मी तिला विचारलं, 'माझ्या वडिलांचं नाव काय?' ती माझ्याकडं पाहातच राहिली. मी पुन्हा विचारलं,'माझ्या वडिलांचं नाव काय?' तेव्हा तिनं मला प्रतिप्रश्न विचारला,'तुला कोणी विचारलं?' मी सांगून टाकलं 'शिक्षकानं. माझं नाव शाळेत घालायचं आहे!' ती गंभीर बनली. 'तुला वडील नाही, तू आभाळातून पडला आहेस' मला वाटलं, आई आपली चेष्टा करत आहे. 'मला वडिलांचं नाव पाहिजे. त्याशिवाय मला शाळेत बसता येणार नाही' मसामाय आणखी गंभीर बनली. 'तुला वडीलच नाही, तर वडिलांचं नाव कुणाचं सांगू? सांग कुणाचं तरी नाव' ती वैतागली होती. मी रडवेला झालो होतो. 'प्रत्येकाला वडील असेल, तर मलाही वडील असला पाहिजे. आणि असेल तर त्या इसमाचं नाव काय?' असा माझा प्रश्न होता. हा प्रश्न आता शिक्षकापुरता राहिला नव्हता. इतक्यात संतामाय आली. गावातील रस्ते झाडून. तिच्या हातात खराटा होता. मसायनं संतामायला सांगितलं 'हा मला आपल्या वडिलाचं नाव विचारतोय. काय सांगू?' तसं संतामायनं माझ्याकडं हसत पाहिलं. 'तुला तर विकत

घेतलंय. भिकाऱ्याकडून. त्याला शिळ्या भाकरी दिल्या आणि तुला विकत घेतलं' मी चिडलो आणि रडू लागलो. मसामाय चिडली. संतापून ओरडली. 'सांग, तुझ्या गुरूजीला माझी आई पाटलाची रखेली आहे म्हणून.' मसामायचा संताप पाहून मी सावरलो. मला वाटलं, माझ्या वडिलांचं नाव रखेली असावं.

मी शाळेत जाऊ लागलो. भोसले गुरूजी मला 'बासलेगावच्या पाटला' म्हणू लागले. जणू त्यांनी माझ्या बापाचा शोध लावला असा त्यांचा अविर्भाव असे. गुरूजींनी पाटील म्हटल्यामुळं बरंही वाटायचं आणि वाईटही.

शाळेत माझ्या नावापुढे वडिलांचं नाव म्हणून हणमंता लिंबाळे असं लिहिलं गेलं. हणमंता लिंबाळे कसला होता, काय करत होता, कोठे होता ह्याविषयी मला काही माहिती नव्हती. माझ्या पासून वडील ह्या बाबीला लपवून ठेवलं होतं. हनुमंताचं 'हणमंता' केलं होतं. निंबाळेचं 'लिंबाळे' केलं होतं. तरीही हणमंता लिंबाळे हन्नूरला आला. भोसले गुरूजीबरोबर भांडला. 'हे मूल माझं नाही. त्याच्यापुढे माझं नाव लावू नका' भोसले गुरूजींनी हणमंताला भीक घातली नाही. त्यांनी हणमंताला ठणकावून सांगितलं 'ह्या मुलाचा वडील कोण आहे हे त्याची आई सांगेल आणि तेच नाव मी हजेरीत लावेन.' भोसले गुरूजीनं हणमंताचं काही एक ऐकलं नाही. हणमंताला हात हालवत जावं लागलं. भोसले गुरूजींमुळं मला वडिलांचं नाव मिळालं. ह्याचा उल्लेख भोसले गुरूजीही अनेकवेळा करत. मला वाटायचं, भोसले गुरूजींनी आपल्यावर उपकारच केले आहेत.

माणसाला वडिलाचं नाव असावं लागतं. जात आणि धर्मही. त्याशिवाय तो पूर्ण माणूस होऊ शकत नाही. केवळ माणसाचं शरीर ही त्याची पूर्ण ओळख होऊ शकत नाही.

त्यादिवशी शाळेतली सर्व मुलं वनभोजनाला निघाली होती, आणि आम्ही मात्र शाळेला आलो होतो. भोसले गुरूजीनी आमच्यावर खेकसलं 'जा पळा. जेवणाचे डबे घेऊन या. वनभोजनाला जायचं आहे.' आम्ही घराकडं शर्यतीतल्या बैलासारखं पळत सुटलो. घरात जेवण नव्हतं. मी मसामायला जेवण बांधून मागितलं. तिने घरातले शिळे तुकडे एकत्र करून बांधून दिले. परशूराम, उमराव, संगू, विलास आणि मारूती जेवण घेऊन आले. मारूतीला भाकरी बांधण्यासाठी कापड नव्हते. त्याच्या भाकरी माझ्या भाकरीबरोबरच बांधल्या.

मुलं रांगेत उभी होती. आम्हीही रांगेत उभे राहिलो. तोच जनामाय आली. तिनं संगूला रांगेतून ओढून बाहेर काढलं. संगू रडू लागला. त्याला आमच्या बरोबर वनभोजनाला यायचं होतं. जनामाय त्याला ओढून नेत होती. 'संग्या, मुकाट्यानं चल. नाही तर लाथ घालेन. तुझा बाप बिन भाकरीचा गेलाय कामाला. त्याला

भाकरी नेऊन द्यायच्या आहेत. नाही तर तो दिवसभर उपाशी मरेल. संध्याकाळी घरी आल्यावर तुझे तुकडे करेल. मुकाट्यानं चल' जनामाय संगूला शिव्या देत होती. त्याला ओढून नेत होती.

गावातील मुलं चांगले कपडे घालून आली होती. आमच्या अंगावर मात्र रोजचेच कपडे होते. त्यांच्यात आमचं दारिद्र्य उठून दिसत होतं. 'ती थोरा मोठ्यांची मुलं आहेत. त्यांचे कपडे चांगलेच असणार. आपण महाराचे आहोत. आपण असेच असणार' मी माझ्या मनाची समजूत काढत होतो. थोड्या वेळानं आम्ही रांगेत गावाबाहेर पडलो. मुंग्यांच्या रांगेसारखं. वाटेत तुकाराम दिसला. तो म्हशी राखत होता. म्हशीच्या पाठीवर बसून तो पावा वाजवत होता. शेण वेचणाऱ्या बायका आमच्याकडं कौतुकानं पाहात होत्या. मला तुकारामचं कौतुक वाटत होतं.

आम्ही रेवम गुंडाच्या माळावर आलो. दूरवर पसरलेले माळरान. माळाच्या पायथ्याला झुळझुळ वाहाणारा झरा. झऱ्याभोवती हिरवळ आणि झाडांची गर्दी. एका झाडाखाली गावातल्या मुलांनी जेवणाचे डबे ठेवले. आम्ही दुसऱ्या झाडाखाली. त्यांचं झाड मोठं. हिरवेगार, वडाचं. आमचं झाड छोटं. बाभळीचं. मुलं कबड्डी खेळू लागले. मुली फुगडी. मी मात्र जेवणाचे डबे राखत होतो. आणि डोळे भरून पाहात होतो; मुलींचा खेळ आणि अवखळ हसणारी रेणू.

थोड्या वेळानं जेवणाला सुरूवात झाली.

गावातली मुलं, मुली आणि शिक्षक वडाच्या झाडाच्या खाली बसले होते. आम्ही बाभळीच्या. गावातल्या मुलांनी जेवणापूर्वी श्लोक म्हटले. आम्हाला त्यातले काहीच कळले नाही. त्यांच्या अन्नाचा सुंगध आमच्यापर्यन्त पसरला होता. आम्ही आमच्या भाकरी सोडल्या. गावातल्या एक दोन मुलांनी आमच्यापर्यन्त येऊन आम्हाला त्यांची भाजी भाकरी दिली. रेणूनंही तिची भाजी आणून दिली. तिचे हात मेंदीनं रंगले होते. रेणूनं आमचं शिळं अन्न पाहिलं म्हणून मला वाईट वाटलं. मसामाय म्हणायची, 'दुसऱ्यानं दिलेलं खाऊ नको. लोक तुला विष घालून मारतील' मला दुसऱ्यानं काही दिलं की भिती वाटायची. आमच्या अन्नापेक्षा गावातल्या मुलांनी दिलेल्या अन्नाची चव चांगली होती.

सर्वांचं जेवण झालं. गावातल्या मुलांनी झऱ्यावर जाऊन अगोदर पाणी पिलं. नंतर आम्ही. गावातल्या मुलांचं अन्न उरलं होतं. भोसले गुरूजींनी उरलेलं अन्न जमा करायला सांगितलं आणि ते आम्हाला दिलं. आम्ही आवडीनं ते मुसरं घेतलं. सर्वजण गावाकडे निघाले. आम्ही सर्वांच्या शेवटी. आळीपाळीनं मुसऱ्याचा गठ्ठा नेत होतो.

गावाजवळ आलो. गिरमल्लाच्या रानात बसलो. मुसऱ्या अन्नाचा गठ्ठा

सोडला. गोल बसून मुसऱ्या अन्नावर तुटून पडलो. मढ्यावर गिधाडांनी तुटून पडावं तसं.

घरी आलो. मसामायला सांगितलं. ती म्हणाली, 'मला जरा तरी आणायचं होतंस. मुसरं अन्न हे अमृत असतं.' मी गलबलून गेलो.

दुसऱ्या दिवशी शाळेत गेलो. भोसले गुरूजी वर्गात छडी घेऊन फिरत होते. त्यांनी मुलांना वनभोजनावर निबंध लिहायला सांगितला होता. मला निबंध म्हणजे काय हेच माहीत नव्हतं. भोसले गुरूजी माझ्याजवळ आले. मी गोंधळलो होतो. 'गाढवा, निबंध लिही. बैल खाता येतो का?' मी रडवेला झालो. त्यांनी मला छडी फेकून मारली. मी रडू लागलो. गुरूजी पुन्हा ओरडलो, 'कालचे वनभोजन आठवा आणि लिहा.' मी पाटीवर थुंकलो. शर्टानं पाटी पुसली. आणि वनभोजन आठवू लागलो. फाटकं बाभळीचं झाड. मुसऱ्याची शिदोरी. मसामायनं विचारलेला प्रश्न. बैल खाता येतो का म्हणणारा शिक्षक. कोठून सुरूवात करायची. मी रेणूकडं पाहिलं. ती लिहित होती.

मधली सुट्टी झाली की गावातली मुलं आम्हाला छळायचे. 'महार महार' म्हणून हिणवायचे. खडे मारायचे. त्यादिवशी गावातल्या मुलांनी मला घेरलं आणि माझी कुचेष्टा सुरू केली. त्यांनी मला चहूबाजूंनी घेराव घातला होता आणि 'धेडधेड' म्हणून ओरडत होते. मी घाबरून रडत होतो. ते माझ्या जवळ जवळ येत होते. मी गुदमरून गेलो होतो. आभाळच अंगावर कोसळल्यासारखे वाटत होते. जळकोटे भिम्यानं माझ्या थोबाडीत मारली आणि सर्वजण पळून गेले.

थोड्या वेळानं शाळा सुरू झाली. जळकोटे भिम्या आंघोळ करून आला होता. त्याचे कपडे ओले होते. भोसले गुरूजींनी त्याला विचारलं, 'कपडे ओले का?' वर्गातल्या सर्व मुलांनी ओरडून सांगितलं, 'त्याने महाराला स्पर्श केला होता.' मी हादरलो. भोसले गुरूजी मला उलटे टांगतील म्हणून वर्गातून पळून गेलो.

आमची शाळा विठ्ठलाच्या मंदिरात भरायची. गावातली मुलं मंदिरात बसायचे. आम्ही मंदिराच्या पायरीजवळ. शाळा झाडण्याचं, सारवण्याचं काम आम्हालाच करावं लागे. एके दिवशी शाळा झाडत झाडत मी गाभाऱ्याजवळ गेलो. इथपर्यंत जाण्याचा अधिकार केवळ स्पृश्यानांच होता. माझे मन रोमांचित झाले. मी अवती भवती पाहिले. कोणीच नव्हतं. मी गाभाऱ्यात गेलो आणि देवाच्या पाया पडलो. पण नंतर मला खूप भिती वाटली. मी दप्तर घेऊन घरी आलो. मी देवाला बाटवलं. देव माझ्यावर कोपणार म्हणून मला पश्चाताप झाला. अंगात ताप आला.

आम्हीही हिंदू माणसासारखी माणसं. गावातील मुलं मंदिरात जातात पण

आम्ही मात्र नाही. 'मुले म्हणजे देवाघरची फुले.' आम्ही देवाघरची फुले नव्हतो. आम्ही म्हणजे गावाबाहेरचा केर कचरा.

गाव म्हणजे आमच्यासाठी जादूचे जंगल. आम्हाला गावातून फिरताना आनंद वाटायचा आणि भितीही. गावातील घरं, गावातली माणसं, गावातले रस्ते ह्याचं आकर्षण वाटायचं. आमची वस्ती म्हणजे मोडक्या झोपड्या. उकिरड्याचे ढीग. काही कुत्री आणि काही डुकरं.

आमच्या गावात विठ्ठलाचं मंदिर होतं, तिथं इयत्ता पहिली ते पाचवी पर्यन्तचे वर्ग भरायचे. दुसरे महादेवाचे मंदिर होते. तेथे पाचवी ते सहावी वर्ग

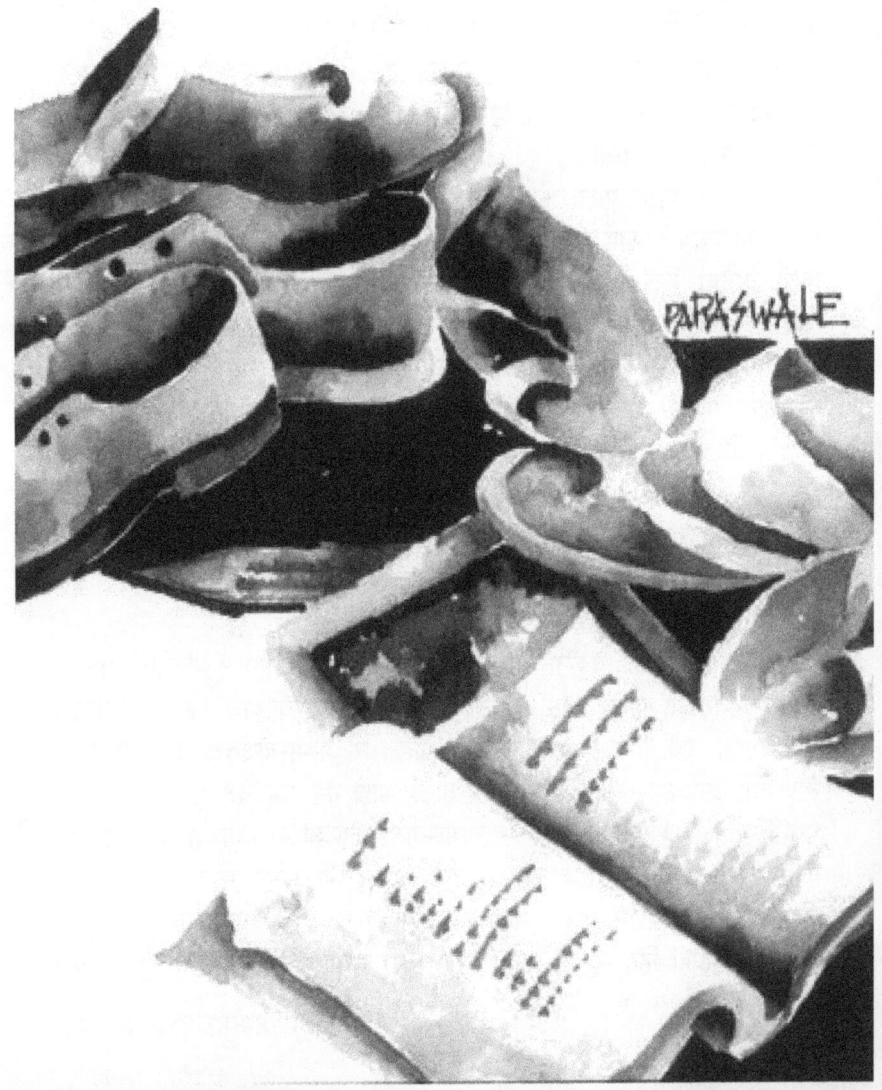

भरायचे. सातवीसाठी शाळेची इमारत होती. श्रावण महिन्यात विठ्ठल मंदिरात आणि महादेवाच्या मंदिरात महिनाभर पोथी पुराण चालायचं. विठ्ठल मंदिरात रामायणाची पोथी लावली, तर महादेव मंदिरात महाभारताची पोथी लावायचे. महादेव मंदिरात हरिविजय पुराण सुरू केलं, तर विठ्ठल मंदिरात नवनाथ कथासाराची पोथी सुरू व्हायची. दोन्ही मंदिरात पुराणावर प्रवचनं व्हायची. विठ्ठल मंदिरात मराठीतून पोथी वाचली जायची, तर महादेव मंदिरात कन्नडमधून पोथी सांगितली जायची. जिकडे पुराण चांगलं असेल तिकडे लोक गर्दी करायचे.

गावातील माणसं मंदिरात बसून पुराण ऐकायची. महाराची माणसं मंदिराच्या पायरीजवळ बसलेली असायची. श्रावण महिन्याच्या शेवटी पुराणाची सांगता व्हायची. मोठा उत्सव व्हायचा. विठ्ठल मंदिर हे बाशा मुल्लाच्या पक्षाकडे होते, तर महादेव मंदिर हे शामू भरमशट्टी ह्यांच्या पक्षाकडे होते. दोन्ही पक्ष चांगली पोथी लावण्यासाठी स्पर्धा करायचे. दोन्ही पक्ष चांगला उत्सव करण्यासाठी झटायचे. त्यामुळे संपूर्ण श्रावण महिन्यात गावात अध्यात्माचं वातावरण असायचं. विठ्ठल मंदिरातल्या पुराण समाप्तीच्या वेळी खेड्यापाड्यातून दिंड्या बोलवल्या जायच्या. आमच्या गावाला प्रती पंढरपूरचं स्वरूप यायचं. टाळ मृंदगाच्या गजरानी गाव गर्जून जायचा. महादेव मंदिरातल्या पुराण समाप्तीच्या वेळी गावोगावच्या शिवभजनी मंडळांना बोलावलं जाई. शिव भजन म्हणणारे अनेक मंडळं आमच्या गावी येत. ह्यामध्ये बासलेगावचे शिव भजनी मंडळ येत असे. ह्या मंडळाबरोबर हणमंता लिंबाळे दर वर्षी हन्नूराला येई. संतामाय घरी येऊन 'कडू हणम्या आलाय' म्हणायची. मग मसामाय चिडायची.

श्रावण महिन्यात आमची शाळा दुसरीकडं भरायची. विठ्ठल मंदिरातले वर्ग मारवाड्याच्या वाड्यात भरायचे तर महादेव मंदिरातले वर्ग तेल्याच्या वाड्यात भरायचे. श्रावण संपला की हे वर्ग पुन्हा मंदिरात भरायचे.

श्रावण असल्याने आमची शाळा मारवाड्याच्या वाड्यात भरली होती. वाड्यातला नोकर माळ्यानं मला पाहिलं. मी ओसरीवर बसलो होतो. तो पळतच आला. त्याने माझे दफ्तर रस्त्यावर फेकले आणि मुस्काटात चपराक मारली. डोळ्यापुढे काजवे चमकले. त्याने मला वाड्याबाहेर हाकलून दिले. मी रस्त्यावर पडलेलं दफ्तर घेतलं आणि वाड्याबाहेर उभा राहिलो. थोड्या वेळानं भोसले गुरूजी आले. त्यांनी मला वाड्यात नेलं. दाराजवळ जागा करून दिली. दारात चपला सोडल्या होत्या. मी चपला जवळ बसून अभ्यास करू लागलो. श्रावण महिन्यात महाराच्या मुलांनी शाळा बुडवली तरी शिक्षक रागावयाचे नाहीत. त्यामुळे आम्ही श्रावणात शाळेला दांडी मारायचो.

यंदा बासलेगावाच्या शिव भजनी मंडळाला बोलवलं होतं. हणमंता लिंबाळे भजनी मंडळाबरोबर आला होता. मसामायनं मला जवळ बोलवलं, 'जा. तुझा बाप बघून ये. तुला ओळखतो का बघ. त्याच्या पुढून फिर' मसामाय मला हणमंताचं वर्णन करून सांगायची. 'निळा फेटा बांधतो. नाक सरळ आहे. गोरा आहे. कपाळावर बाजूला व्रण आहे.' मसामायनं केलेलं वर्णन आठवत मी गावात जायचो. बासलेगावचे शिव भजनी मंडळ भजन म्हणताना मी चौकस नजरेने पाहायचो. मसामायनं सांगितलेल्या वर्णनाचा माणूस शोधायचो. मला कोणीच ओळख द्यायचा नाही. उलट 'दूर हो' म्हणून हाकलायचे. मी घरी यायचो. मसामाय विचारायची 'काय झालं?' मी चिडायचो 'मला कोणीच ओळखत नाही. बासलेगावाच्या लोकात फिरून आलो.' मग मसामाय गप्प बसायची.

श्रावण संपला की शाळा पुन्हा विठ्ठल मंदिरात सुरू व्हायची. मंदिराला रंग रंगोटी केलेली असायची. देव दर्शनाला गावातली माणसं यायची. त्यांना आमचा स्पर्श होऊ नये म्हणून प्रत्येक वेळी आम्हाला आमचे अंग वाकडे करावे लागे. गावातल्या वृध्द स्त्रिया बेरकी असायच्या. त्या शिव्या द्यायच्या 'महारांना दारातचं बसवलंय. आम्ही मंदिरात जायचं कसं?' मग त्या आमच्यावर खेकसायच्या. आम्ही उठून दूर उभे राहायचो.

पंधरा ऑगस्ट आणि सहवीस जानेवारी रोजी झेंडा वंदनाचा कार्यक्रम व्हायचा. गावातून घोषणा देत प्रभात फेरी निघायची. सर्व मुलं गणवेशात असायची. गणवेश घ्यायला आमच्याकडे पैसे नसायचे. त्यामुळं मास्तरचा मार पडायचा.

प्रभात फेरी गावातल्या मुख्य रस्त्यानं फिरायची. मला वाटायचं प्रभात फेरी महारवाड्यात आली पाहिजे. पंधरा ऑगस्ट आमच्या दारापर्यंत आली पाहिजे. सहवीस जानेवारी घराघरात झाली पाहिजे. स्वातंत्र्य सर्वांना कळालं पाहिजे. मी घोषणा देताना मसामायनं पाहिलं पाहिजे. मी जोर जोरानं घोषणा द्यायचो. संतामाय रस्ते झाडत असायची. ती मला पाहायची. आनंदानं फुलून यायची. संतामाय दिसली की मी ही जोरानं घोषणा द्यायचो.

शाळा बुडवली की मसामाय मारायची. शाळा शिकून आलं की माया करायची. शाळा सुटल्यावर आम्ही नदीवर जेवायला जायचो. नदीचीही जाती जातीमध्ये वाटणी झालेली. नदीच्या वरच्या बाजूला गावातील माणसं पाणी भरायचे. आम्ही खालच्या बाजूला. सर्वणाच्या पाणवठ्यावर आम्ही पाणी भरू शकत नव्हतो. आमचा पाणवठा सर्वांच्या खाली. वरच्या पाणवठ्यावर गावातील माणसं धुणं धुवायचे. जनावरे धुवायचे. आंघोळ्या करायचे. आम्ही तेच पाणी खाली पियाचो. पाण्यापेक्षा पवित्र कोण असतं?

गावात कुणाचं लग्न असलं की संतामाय लग्नघर सारवाया जायची. लग्नाचा काळ हा सुखाचा काळ असायचा. गावात लग्न झालं की महारवाड्याला जेवण मिळायचं. लग्न घरापुढं मोठा मंडप टाकलेला असायचा. लाऊड स्पीकरवर गाणी वाजायची. वाजंत्री यायची. बायका पोरी नटून थटून फिरायच्या. जेवणाचा खमंग वास दरवाळायचा. आम्ही लग्नाच्या मंडपात जायचो. वाजंत्री वाजू लागली की त्या तालावर नाचायचो. आमचं नाचणं कुण्या तरी गाववाल्याच्या नजरेत यायचं. तो खवळायचा. आम्हाला हाकलायचा.

गावातलं लग्न म्हणजे आम्हाला उत्सवच वाटे. अक्षता पडल्यानंतर मंडपात मोठमोठ्या पंगती बसायच्या. त्यांना जेवण वाढलं जायचे. 'लाजू नका. सावकाश घ्या' म्हणून वाढपी ओरडायचे. 'सगळ्याला पोचलं का?' म्हणून मधूनच कोणी तरी ओरडायचं. आमच्या पोटात कावळ्यांची झुंबड उडायची.

लग्नात गाव जेवण देण्याची पध्दत होती. प्रथम पाहूणे जेवायचे. त्यानंतर गाव. शेवटी महारवाड्यला बोलावलं जायचं. जेवणासाठी गावातून कधी बोलावतील ह्याकडं आमचं लक्ष वेधलेलं असायचं. महारवाड्याला बोलावणं आलं की अगोदर पुरूष जायचे. नंतर स्त्रिया आणि मुलं. जेवायला जाताना ताटं घेऊन जावे लागे. पाणी मिळायचं नाही. पाणी पिण्यासाठी घरी यावं लागे.

महारवाड्यातील पुरूष मंडळी जेवायला निघाली की मसामाय मला त्यांच्याबरोबर जा म्हणायची. मी नकार द्यायचो. मसामाय म्हणायची, 'तुझ्या वयाची मुलं जात आहेत तू ही जा.' मी गप्प बसायचो. ती मुलं आपल्या वडिलांबरोबर जात आहेत. मी कोणाबरोबर जाऊ? माझेही वडील महार असते, तर मला त्यांच्याबरोबर जाता आले असते. मला माझ्या सवर्ण वडिलांचा राग यायचा.

मी संतामायबरोबर जेवण करायला जायचो. मसामाय कधीच कोणाच्या दाराला जायची नाही. कदाचित तिला गावच्या पाटलाची रखेली असल्याचा अभिमान वाटत असावा. मलाही गावात जेवायला जायची लाज वाटायची. रस्त्यात शाळेतल्या मुलांची घरं असायची. त्यांच्या घरापुढून जाताना चोरासारखा वाटायचं. मी शर्टाखाली ताट लपवायचो. लहान मुलांना कमी वाढायचे. मी वाढेल तेवढंच खायचो. अधिक मागायचो नाही. संतामाय मात्र अधिक वाढून घ्यायची. उरवायची. घरी घेऊन यायची. घरी गेल्यावर मसामाय रागावयाची 'उरवून का आणलं नाहीस?' म्हणून विचारायची. मी गप्प बसायचो. मसामाय बडबडायची. 'घरात खायाय का माती आहे? बघा मला बाजारात कोन विकत घेतंय का?' मला अपराध्यागत वाटायचं.

संतामाय लग्नघर सारवायची. झाडायची. म्हणून तिला उरलेलं अन्न मिळायचं हे अन्न संपता संपायचं नाही. आम्ही ते वाळवून खायचो.

मसामाय मला पोटाची गोष्ट सांगायची.

*“देवानं माणसाला एकच पोट दिलं होतं. खाया-पियाला मुबलक होतं. माणूस खूप खायचा. पियाचा. मौज मजा करायचा. माणूस विचार करायचा. देवानं खाण्यापिण्यासाठी भरपूर दिलं आहे. पण पोट मात्र एकच. त्यामुळं खूप खाता पिता येत नाही. आपल्याला आणखी एक पोट हवं. माणूस देवाकडं गेला, ‘देवा, तू मला एकच पोट दिलं आहे. खाया-पियाला तर मुबलक आहे. मला आणखी एक पोट हवं आहे. मी खूप खाईन पिईन.’ देवानं माणसाचं शांतपणे ऐकून घेतलं आणि माणसाची समजूत काढली, ‘बाबा रे, तू जा. हे एक तरी पोट भर. मग माझ्याकडे ये. मी जरूर तुला दुसरं पोट देईन.’*

*माणूस देवापासून परत फिरला. तो एक पोट भरण्याच्या मागे लागला. पोट भरता भरेना अर्धच राहू लागलं. तो पोट भरण्यासाठी लबाडी करू लागला. चोरी करू लागला. पण पोट भरेना.” मी मसामायची गोष्ट ऐकून विचार करायचो. माणसाला भूक नसती तर? मग देश नसता, धर्म नसता, देव नसता. मी भुकेची पाळंमुळं शोधायचो. ती अनंत वाटायची.*

यशवंत पाटील आमच्या घरी यायचे. संतामाय गंभीर व्हायची. मसामाय काकाला सांगायची, ‘तुम्ही येऊ नका. महारवाडा खवळलाय. महारं तुम्हाला तोडतील. तुमच्या जीवाला धोका आहे.’ यशवंत पाटील मसामायला धीर द्यायचा. खूप वेळ बोलत बसायचा. मी घराबाहेर भटकायचो. चंदामाय खवळायची, ‘मसाई, घरात कुणाला घेऊन बसलीय? इथं हे चालणार नाही.’ चंदामायचा आवाज ऐकून यशवंत पाटील हळूच निघून जायचा. नंतर मसामाय आणि चंदामायचं भांडण जुंपायचं.

सकाळी चंदामायची हाक मला झोपेत किंकाळीसारखी ऐकू यायची. मी खडबडून जागा व्हायचो. दादा संतामाय झोपलेले असायचे. चंदामाय पहाटे उठून काळा चहा करायची. मला बोलवायची. मी डोळे चोळत जायचो. चहा पियाचो. पुन्हा येऊन झोपायचो.

माझे केस वाढले की मसामाय मला पकडायची. माझं डोकं पाण्यानं भिजवायची. घरातला जुना रेझर घ्यायची. माझे केस कापायची. माझ्या डोक्याची आग आग व्हायची. अनेक ठिकाणी रेझर लागून रक्त यायचं. मी ओरडायचो. मसामाय मला बुक्क्या मारायची. न्हावी आमचे केस कापायचा नाही. मसामायच केस कापायची. एकदा वापरलेला रेझर पुन्हा केस कापण्यासाठी सांभाळून ठेवायची.

मी मसामायकडं पाहिलं. ती गरोदर होती. आता तिला मूल होईल. मसामाय मला महिना दोन महिन्यातून आंघोळ घालायची. साबण नसायचा. दगडानं अंग घासायची. असह्य वेदना व्हायच्या. मला आंघोळ नको वाटायची. मसामाय मला पकडायची. बुक्क्या मारायची. आंघोळ घालायची. मी रडायचो. ओरडायचो. आंघोळ झाल्यावर मातीत जाऊन लोळायचो. मसामाय मला मारण्यासाठी हातात फोक घेऊन पाठलाग करायची. मी गावात पळून जायचो.

मी गावात हिंडत होतो. पुढून प्रेतयात्रा येत होती. मी आजपर्यंत प्रेत पाहिलं नव्हतं. महारवाड्यात कोणी मेलं की मसामाय मला घरात कोंडून ठेवायची. घरापुढून प्रेतयात्रा चालली तरी पाहू द्यायची नाही. 'प्रेत पाहू नये. रात्री स्वप्नात येतं आणि छातीवर बसतं.' मला प्रेताची भिती वाटायची. आज तर पुढून प्रेतयात्रा येत होती. जेठिंग्या हलगी वाजवत होता. प्रल्हाद शिंग. परशूराम प्रेत यात्रेपुढे फटाके उडवत होता. प्रेतावर टाकलेल्या निलगीरीचा वास येत होता. बायका रडत होत्या. मी रस्त्याच्या कडेला उभा राहिलो. मारूती प्रेतावर उधळलेले पैसे जमा करत होता. मी ही मारुती जवळ गेलो आणि प्रेतावर उधळलेले पैसे गोळा करू लागलो. प्रेतयात्रा हळूहळू पुढे सरकत होती.

प्रेतयात्रा वेशीबाहेर आली. एका जागी थांबली. खांदेकऱ्यांनी प्रेताला खाली ठेवलं. हलकी, शिंग वाजवणं बंद झालं. फटाके उडवणं बंद झालं. रडणं बंद झालं. दोन मिनिटानंतर प्रेत पुन्हा उचललं. प्रल्हादनं शिंग फुंकलं. जेंठिग्यानं हलकी सुरू केली. परशूरामनं फटाके उडवले. पुन्हा आक्रोश झाला. प्रेतयात्रा पुढे चालू लागली.

प्रेत ज्या ठिकाणी ठेवलं होतं, तिथं ओटीभर ज्वारी टाकली होती. ही विसाव्याची ज्वारी. प्रेताला विसावा दिला; त्या ठिकाणी टाकलेली. मी ज्वारीच्या ढीगाजवळ थांबलो. मी विसाव्याची ज्वारी ओटीत घेतली आणि घराकडं निघालो.

संतामाय अंगणात वाकळ शिवत बसली होती. तिनं मला पाहिलं. दुरूनच चप्पल फेकून मारली. 'अरे ती विसाव्याची ज्वारी आहे. तुला कोणी आणायला सांगितलं? जा. नदीत टाकून बुडून ये' मला कळत नव्हतं. मी माघारी फिरलो. रस्त्यात ज्वारी टाकून दिली आणि नदीकडं निघालो.

गावातील माणसं स्मशानातून परत येत होती. त्यांना प्रेताचा स्पर्श झाला होता. मला पाहून दूर होत होती. त्यांना माझा स्पर्श नको होता. त्यांच्या लेखी प्रेतापेक्षाही मी अपवित्र होतो.

मसामायचा गर्भ दिवसेंदिवस वाढत होता. आणि संतामायच्या मनावर दडपण येत होतं. संतामाय दादाला म्हणायची, 'मसाईचं लग्न लावून दिलं. नीट

नांदली नाही. हणम्यानंही तिला पाळलं नाही. सोडून दिलं. आता तिसऱ्याचं पोट वाढवून बसलीय. येशा काय जन्माला पुरणार आहे? त्याला त्याची बायको मुलं आहेत. मसाईला कळू नये. जगात काय तोंड दाखवावं?' दादा गप्प बसायचा.

मी संतामायबरोबर रानात जायचो. माळरान फिरून शेण वेचायचो. मी पुढं, संतामाय मागं. संतामायच्या खांद्यावर पोतं असायचं. शेण मिळालं की पोत्यात टाकायचो. पुन्हा पुढं निघायचो. अख्खा माळ पायाखाली घालायचो. कधी कधी दाणे असलेलं शेणं मिळायचं. जनावर सुगीच्या दिवसात ज्वारीचे कणीस खायचे आणि हे दाणे शेणात पडायचे. पिवळे, फुगलेले. संतामाय असं शेण वेगळं घ्यायची. नदीत धुवायची. वाळवायची. दळायची. संतामाय दाणे घरीच दळायची. शेणातले दाणे शेवटी दळायची. त्याचं पीठ वेगळं ठेवायची. त्याची भाकरी वेगळी करायची. शेणातल्या दाण्याची भाकर आपण खायची. जोगवा मागून आलेल्या पीठाची भाकरी मला द्यायची. मी शेणातल्या दाण्याची भाकर मागितली. कारण तिचा रंग पिवळा दिसत होता. संतामाय मला शेणातल्या ज्वारीची भाकरी देत नव्हती. मी हट्ट धरला. संतामायनं मला भाकरीचा लहान तुकडा दिला. मी एक घास तोंडात टाकला. शेण चघळल्यासारखं वाटलं. संतामाय मात्र सरावानं खात होती.

चंदामाय एका खोलीत राहायची. संतामाय एका खोलीत. मसामाय एका. तिनही खोल्या एकत्रच होत्या. दादा घरी आला की चंदामाय भांडण काढायची, 'ह्या मुसलमानाला का घरात घेतेस? लाज वाटत नाही? घराच्या बाहेर व्हा.' मी संतामाय आणि चंदामायचं भांडण ऐकत बसायचो.

दादा ग्रामपंचायतीचा कोतवाल होता. तो गावात फिरायचा. महारवाड्यात तो दोन वेळा यायचा. सायंकाळी चार वाजता यायचा. हातात रॉकेलचा डबा आणि खांद्याला शिडी लटकवलेली असायची. तो दिव्याच्या खांबाला शिडी लावून वर चढायचा. दिव्याची काळे काच पुसायचा. दिव्यात रॉकेल भरायचा. महारवाड्यात आल्यानंतर आमच्या घरात चोरून रॉकेल द्यायचा. रात्री पुन्हा शिडी घेऊन यायचा. प्रत्येक खांबावर चढायचा. दिवे लावायचा. रात्री उशिरा घरी यायचा. संतामाय त्याची वाट पाहात बसायची.

गावात कोण कोण बाळंत होणार आहे ह्याची संतामायला माहिती असायची. कुणाची मुलगी बाळंत होण्यासाठी आली आहे, कुणाची सून किती महिन्याची गरोदर आहे, कुणाचं बाळंतपण चांगल होतं, कुणाला बाळंतपणात त्रास होतो. ह्याची तिला माहिती असायची. एखाद्या स्त्रीला प्रसव वेदना सुरू झाल्या की संतामायला बोलावणं यायचं. संतामाय रात्री बेरात्री बाळंतपणासाठी जायची. त्यावेळी मला घरी करमायचं नाही.

संतामाय बाळंतपण करून यायची. तिच्या ओटीत ज्वारी, चोळीचा खण आणि बांगड्यासाठी पैसे घातलेले असायचे. मसामाय टोपलं द्यायची. संतामाय ओटीतलं टोपल्यात टाकायची. मी संतामायला धरायला जायचो. संतामाय 'दूर हो शिवशील' म्हणायची. मसामाय पाणी गरम करायची. संतामाय आंघोळ करायची. तिच्या हातात बांगड्या नसायच्या. बाळंतपण करताना संतामायला हातातल्या बांगड्या फोडाव्या लागत. लवकरच दुसरं बाळंतपण होणार असेल तर संतामाय नव्या बांगड्या भरायची नाही. हातात कथलाचे वाळे घालायची. बाळंतपणं संपली की बांगड्या भरायची. सहा सहा महिने तिचा हात थोटका दिसायचा. 'बाळंतपण कसं झालं, मूल कसं आहे' ह्याची मसामाय चौकशी करायची. मला कुतूहल वाटायचं.

दुपारची वेळ होती. संतामाय, मसामाय आणि मी जेवण करत होतो. संतामायला बाळंतपणाचं बोलवणं आलं. तशी ती हातातलं जेवण टाकून निघाली. मसामाय तिला जेवण करून जा म्हणत होती. पण संतामाय तशीच निघून गेली. मसामायनंही जेवण आटोपलं आणि बाळंतपण बघण्यासाठी निघाली. शेजारची सुगला बाळंत होत होती. मीही मसामायच्या मागे गेलो.

महारवाड्यात आठ-दहा बायकानं सुगला भोवती गर्दी केली होती. दोघी तिघींनी सुगलाला धरलं होतं. सुगला तडफडत होती. ओरडत होती. बायका तिची समजूत घालत होत्या. संतामाय सुगलाजवळ बसली होती. मी सुगलाच्या गोऱ्यापान मांड्या पाहिल्या. बायकानं मला पाहिलं आणि हाकलून दिलं. 'अरं गडी माणसानं बघू नये. जा.' मी मुकाट्यानं घरी आलो.

मला सुगलाच्या मांड्या आठवल्या. मसामायच्या मांड्या आठवल्या. मसामाय आंघोळ केल्यावर माझ्यापुढे लुगडे नेसायची. तेव्हा तिच्या मांड्या दिसायच्या.

मसामायचे दिवस भरले होते. वेदना सुरू झाल्या होत्या. घरात कोणीच नव्हतं. मी मसामायजवळ गेलो. तिनं मला बाहेरच खेळायला सांगितलं. थोड्या वेळानं बाळाचं रडणं ऐकू आलं. मी घाबरलो. मसामायनं हाक मारली. मी पळत गेलो. तिनं कोयता मागितला. मी दिला. तिच्या पुढं रक्त आणि मांस पडलं होतं. हातात लहान बाळ होतं. तिनं कोयत्यानं बाळाचं नाळ कापलं. चिंधीनं बांधलं. तोपर्यन्त संतामाय आली. मुलगी झाली होती. संतामाय म्हणत होती, 'पोरीचे नाक डोळं पाटलासारखीच आहेत'

संतामायनं चुलीवर गरम पाणी ठेवलं. घरातच न्हाणीसाठी खड्डा खोदला.

मसामाय बाळंत झाल्यावर माझ्यावर खूप बंधनं यायची. संतामाय गोमूत्र आणायची आणि घरात सर्वत्र शिंपडायची. गोमूत्रानं भरलेला तांब्या घरात ठेवलेला

असायचा. घरात येताना पायावर पाणी घ्यावं लागायचं. कुणाच्याही पावलानं घरात भूत येऊ शकतं. घरात ओली बाळंतीण आहे. प्रत्येकानं पायावर पाणी घेतल्याशिवाय घरात यायचं नाही अशी ताकीद असायची.

मसामायनं बाळाचं नाव 'नागीन' ठेवलं. तिनं पाटलाबरोबर 'नागीन' चित्रपट पाहिला होता. संतामाय 'नागूबाई' म्हणायची. मी 'नागू' म्हणायचो. 'नागी'ही म्हणायचो.

काखणीला सर्व महारवाडा एकत्र जमायचा. गावकीच्या कामाची वाटणी करायचा. प्रत्येक वर्षासाठी चार महारांना गावकी मिळायची. गावकी वतनदार महारांनाच मिळायची. संतामायला गावकी मिळाली. संतामायनं आपली गावकी दुसऱ्या महाराला दिली. कोणीही बलुत्याच्या अर्ध्या वाट्यासाठी गावकी करायला तयार व्हायचा.

संतामाय गावातले रस्ते झाडायची. थंडीच्या दिवसात गावकऱ्यांना शेकण्यासाठी शेकोटी पेटवायची. गावचे टपाल तालुक्याला नेऊन द्यायची. सरपंचाच्या घरचं काम करायची. मेलेलं जनावर ओढण्याचं काम मात्र दुसरा महार करी.

गावात जनावर मेलं की महारवाड्यात माणूस यायचा. 'महारकी कोणाकडे आहे? जनावर कोण ओढतय?' म्हणून चौकशी करायचा. महाराला निरोप द्यायचा. मग चार महार जमायचे. गावात जायचे. ज्यांच्या घरी जनावर मरायचं, ते महारांना जनावर ओढण्यासाठी धान्य द्यायचे. महार पड उचलायचे. वासरू मेलं असेल तर उचलून आणायचे. मोठं जनावर मेलं असेल तर गाडीत घालून आणायचे. जनावर मेलं की सर्वांना कळे. जिकडं पड घेऊन जातील तिकडं आम्ही धावायचो.

महारवाड्याच्या मागे पड टाकायचे. सोलायचे. आम्ही पड सोलंण बघत उभं राहायचो. काशिराम, दशरथ, बापू आणि बाळाराम पड सोलायचे. मला जवळ बोलवायचे. मी पडाचे पाय धरून उभा राहायचो. काशिराम सुरीनं कातडं सोलायचा. कातडं ओढायचा. माझे हात रक्तामासाने ओले व्हायचे. हातातून पडाचं पाय निसटायचं. दशरथ शिव्या द्यायचा. 'घट्ट पकड' म्हणून ओरडायचा. हात चिकट व्हायचे. घाण वास यायचा. कुत्री जमायची. गिधाडं यायची. बापू कुत्र्यांना पळवून लावायचा. पड सोलून झाले की महार कातडं घेऊन जायचे. जनावर चांगलं असेल तर महारवाडा भांडी घेऊन जमायचा. जनावर फाडून घेऊन जायचा. उरलेला सांगाडा कुत्री आणि गिधाडे खायाची.

काशिराम धर्मशाळेपुढं कातडं वाळू घालायचा. कुत्र्यानं कातडं खाऊ नये म्हणून कातड्यावर माती पसरायचा. दिवसा बाळाराम कातडं राखत बसायचा. कातडं वाळलं की घडी करून चिंचेच्या झाडावर टांगायचा. चपळगावचा ढोर यायचा. कातड्याचा सौदा करायचा. कधी कधी बाळाराम आणि बापू कातडं चपळगावाला नेऊन विकायचे. कातड्याचे पैसे चौघे महार वाटून घ्यायचे.

खूप दिवसात जनावर मेलं नाही की महारात चर्चा होई. 'कुणाचं तरी जनावर मारलं पाहिजे' ह्यावर सर्वाचं एकमत होई. मग कुणाचं जनावर मारायचं, कसं मारायचं ह्या गोष्टी ठरायच्या. एखाद्या जनावराला चाऱ्यातून विष दिलं जायचं.

गावात माणूस मरो किंवा जनावर. महारांना आनंदच होई. माणूस मेल्यानंतर सांगावा घेऊन जावा लागे. त्याची मजूरी मिळे. प्रल्हाद शिंग वाजवायचा. जेठिंग्या हलगी. त्यांनाही मजूरी मिळे. प्रेतावर उधळलेले पैसे मिळत. प्रेतावरील कापड मिळे. जनावर मेलं की जनावर ओढल्याची खूषी मिळे. कातडं मिळे. मटण मिळे. गावात काही घडलं नाही की महारवाडा अस्वस्थ होई.

जनावर मेलं की ओढून आणायचं. आणि जनावर कापून मटण वाटून घ्यायचं. भरपूर मटण खायचं. महारांनी जनावर मारल्याचं गावकऱ्यांना संशय आला की राडा व्हायचा.

काशिराम सांगायचा, *गावातले उफराट्या काळजाचे असतात. एका गावानं महारवाड्याविरूध्द कट केला आणि महारांविरूध्द पोलिसात तक्रार केली. गावानं पैसा जमा केला आणि खालून वर पर्यंत पैसा पेरला. सर्व महारांना तुरूंगवासाची शिक्षा झाली. महार शिक्षा भोगत होते आणि गाव महारांच्या बायका. महार शिक्षा भोगून घरी आले तेव्हा त्यांच्या बायकांना एकेक मुलं झाली होती.* काशिराम ही गोष्ट सांगताना गंभीर झाला होता. मी हादरून गेलो होतो.

मला यशवंत पाटील आठवायचे. हा माणूस गावातून येतो. ह्याचा मसामायचा काय संबंध? नागी माझी कोण? काशिराम म्हणायचा, 'आपण गावापासून सांभाळून राहिलं पाहिजे.' धर्मशाळेपुढे कातडं वाळू घातलं होतं. वर घार हिडंत होती. मी घारीच्या दिशेने दगड भिरकावला, 'अरे लागेल कुणाला तरी? वेडा आहेस का?' काशिराम माझ्यावर चिडला होता. मी गप्प बसलो.

दशरथ सुतळी आणि दाभण घेऊन आला. बापू भूसा घेऊन आला. काशिराम चटकन उठला. त्यानं मोठ्यानं बाळारामला हाक मारली. बाळाराम बिडी ओढत आला. चौघानं कातडं गोळा केलं. बापू मला दहा पैसे दिले. आणि तंबाखूची पुडी आणयला सांगितली. मी दहा पैसे घेऊन दुकानाला निघालो. दुकानदारनं माझ्याकडं पाहिलं, "ह्या पोराचे डोळे कसे आहेत?" मी त्याला पैसे दिले आणि तंबाखूची पुडी मागितली.

तंबाखूची पुडी घेऊन मी परत निघालो. रस्त्यात गावातल्या बायका आडव्या आल्या. त्यांच्या डोक्यावर पाण्याच्या घागरी होत्या. पुढच्या बाईनं माझ्यावर खेकसलं, 'डोळ्यात काय गाढव झोपलंय? रस्ता सोड.' मी रस्ता सोडून बाजूला झालो.

काशिराम, दशरथ, बापू आणि बाळाराम कातड्यात भुसा भरून कातडं शिवत होते. ते जिवंत जनावराची प्रतिकृती तयार करत होते. शिवाजीच्या म्हशीचं वासरू मेलं होतं. त्यामुळे म्हैस दूध देत नव्हती. शिवाजीनं वासराची प्रतिकृती मागितली होती. मी बापूला तंबाखूची पुडी दिली. त्याने मला शाबासकी दिली. मी बापूजवळ बसलो.

'खूप दिवस झालं जनावर मेलं नाही.'

'मरण आल्याशिवाय कसं मरेल?'

'शिवानंद सावकारचा पांढरा बैल खूप म्हातारा झालाय. महिन्या दोन महिन्यात ते जनावर मरेल.'

‘त्या अगोदर खाटकाला विकेल तो.’

‘मटण खाऊन खूप दिवस झाले.’

‘कोबंडी मारायची का कोणाची?’

‘कोबंडीचं मटण दातात सुध्दा अडकणार नाही.’

‘मग?’

‘मोठं जनावरच बघा.’

‘आपल्या गावातलं नको.’

‘आपल्या गावाचं कशाला? चुंगीच्या मारवाड्याची म्हैस पळवून आणू.’

‘ठरलं.’

काशिरामनं वासराची प्रतिकृती उचलली. काशिरामच्या मागे बाळाराम, दशरथ आणि बापू गावात गेले. आता ते शिवाजीकडून पैसे उकळतील. मी धर्मशाळेपुढं बसलो. मला संतामायची हाक ऐकू आली. संतामाय मला जेवायला बोलवत होती.

मला हाक ऐकू आली आणि मी झोपेतून उठलो. संतामाय पातेलं घेऊन घराबाहेर पडत होती. चंदामायही उठली होती. मला वाटलं, गावात कोणी तरी बाळंत होत असेल! सकाळी उठलो, तेव्हा संतामाय मटण शिजवत होती. ‘रात्री म्हैस कापली. सर्वांना वाटे दिले.’ संतामायचं बोलणं ऐकून मी थक्क झालो.

शाळा सुटल्यावर धर्मशाळेपुढे बसून राहाणे हा माझा छंद. आमच्या महारवाड्यात धर्मशाळा अशी एकच जागा होती, जिथे सर्व महारवाडा जमत असे. म्हातारी माणसं धर्मशाळेत बसत. लहान मुलं धर्मशाळेत खेळत. धर्मशाळेपुढं पटांगण होतं. ह्या पटागंणात जात पंचायत बसे. धर्मशाळेच्यापुढे चिंचेचे झाड होते. ह्या झाडाखालूनच नदीला वाट जाई. ह्या झाडाखालून शेतकरी शेताला जात. ह्या झाडाखाली बसलं की जाणायेण्याऱ्या माणसांना पाहाण्याचा आनंद मिळे. धर्मशाळेच्या उजव्या बाजूला लिंबाचे झाड होते. ह्या झाडाखाली खाटिक मटण विके. ह्या झाडावर काशिराम कातडं वाळू घालत असे. धर्मशाळेच्या डाव्या बाजूला पिंपळाचे झाड होते. ह्या झाडाखाली मऱ्याईचे देऊळ होते. महारवाड्यातील बायका मऱ्याईची पूजा करायच्या. मऱ्याईला नवस मागायच्या. गावातील माणसं महारवाड्याजवळून जाताना ‘महारं मेलेलं खातात’ म्हणायची. मी हैराण व्हायचो. मला वाटायचं, खाटिकाला उघड्यावर मटण विकण्याची बंदी केली पाहिजे.

खाटीक आला की लिंबाच्या झाडाला जनावरचे धड टांगायचा. मटणाचे ढीग घेऊन विकायला बसायचा. झाडाला टांगलेले जनावराचे धड दूरपर्यंत दिसायचे. कुत्री मटणाच्या तुकड्यासाठी भांडायची. महारवाड्यातील बायका खाटिकाभोवती

गर्दी करायच्या. मी मसामाय बरोबर जायचो. मसामाय खाटिकाबरोबर भांडून चांगल मटण घ्यायची. 'मांडीचं मटण लावा. जास्त हाडं घालू नका. तसलं घाण घालू नका' म्हणून खाटिकाला सांगायची. खाटीक मला चानी द्यायचा. मसामाय पदराखाली मटणाचं ताट झाकून घ्यायची. मी हातात चानी घेऊन तिच्यामागे निघायचो. चानी मिळाल्याचा मला आनंद व्हायचा. इतक्यात घार झडप घालून चानी न्यायची. घारीच्या नखानं हात ओरबाडायचे. मसामाय मला शिव्या द्यायची. मी रडवेला व्हायचो.

त्या दिवशी मी शाळेला निघालो होतो. पुढून काशिराम, दशरथ, बापू आणि बाळाराम मेलेलं वासरू उचलून आणताना दिसले. काशिरामनं मला पाहिलं आणि हाकारलं, 'अरे चल, पाय धरायचं नाही का? तुला डफड्याला कातडं देतो' मी दफ्तर घेऊन त्यांच्या मागे लागलो.

'कुणाचं आहे?'

'मौलाचं'

'म्हणजे आमच्या शाळेतल्या ईस्मल्ल्याचं?'

'काय करायचं तुला चौकशी करून?'

मी दफ्तर बाजूला ठेवले आणि जनावराचा पाय उचलला. काशिरामने सूरा घेतला. बापूनेही सूरा घेतला. तोच सदाशिवची बायको आली. 'अरे काशिराम, मला काळीज ठेव रे. घरात म्हातारा आजारी आहे. त्याला काळीज खाण्याची इच्छा झालीय.' काशिराम चटकन बोलला, 'म्हातारे पातेलं घेऊन ये. खोंड चांगला आहे. जनावर पडून राहाणार नाही' सदाशिवची बायको घाईनं गेली. तोपर्यन्त महारवाड्यातील सर्व कुत्री जमा झाली होती.

काशिराम कातडं सोलत होता. बापू आणि मी पाय धरत होतो. बाळाराम सूरीनं कातडं फाडत होता. दशरथ बाजूला बसून बिडी ओढत होता. कुत्र्यांना हुसकावत होता. मला जनावराचे डोळे दिसले. मेलेले.

'काशिराम तुला काय घ्यायचंय का?'

'नाही रे बा. कालच खाटकाकडून मटण घेतलंय.'

'अरे ताजं आहे. घे थोडं.'

'घरात मेलेले कोणी खात नाही. तुम्हीच घ्या. कुणाला घ्यायचं असेल तर.'

'मी जीभ घेईन.'

'ज्यांना घ्यायचं आहे, त्यांनी घ्या. नाही तर कुत्रे तोंड लावतील.'

काशिराम आणि बाळाराम कातडं धुण्यासाठी नदीकडे गेले. मी तिथेच उभा राहिलो. जनावराच्या धडावर माती फेकली. मुतलो आणि तिथून निघालो. मेलेलं

जनावर ओढायचं नाही. मेलेलं जनावर खायाचं नाही. माझ्या मस्तकात जाळ नाचत होता. मी दफ्तर घेऊन पोहचलो. ईस्मल्ल्या दारातचं उभा होता. मी वर्गात गेलो तसा तो उसळून म्हणाला, 'ले लो और एक धेड आया, हमारा बैल खाया' मी काहीच प्रत्युत्तर दिलं नाही.

मी शाळा सुटल्यावर घरी आलो. मसामायचा चेहरा पांढरा पडला होता. ती पुन्हा गरोदर होती. नागी अंगणात खेळत होती. नागी यशवंत पाटलांना 'काका' म्हणायची म्हणून मी ही त्यांना 'काका' म्हणायचो. काका आठ दिवस झाले घरी आले नव्हते. मसामाय काळजी करत होती. तिने मला जवळ बोलावले, 'तुला काका कुठं दिसला का?' मसामायनं मला विचारलं. मी 'नाही' म्हणून सांगितलं. ती चिडली, 'तू गावात फिरत जा. रस्त्यात कोठे तरी काका दिसेल. काका दिसला की घरी घेऊन ये. मी बोलावलंय म्हणून सांग. जा' मसामायचं बोलणं ऐकून मी घाबरायचो. गावचा पाटील. इतका मोठा माणूस. मी त्याला रस्त्यात कसा बोलणार? काय बोलणार? मसामाय मला समजावून सांगायची. मला तयार करायची.

'काका गावात राहातोय. त्याचा मोठा वाडा आहे. काळ्या दगडांचा. त्या वाड्यात त्याची बायको राहाते. तिचं नाव काशी आहे. काकाला एक मुलगा आहे. त्याचं नाव कल्लू आहे. खूप मोठा वाडा दिसला की तू रस्त्यावर थांब. काका बाहेर येईल. तेव्हा हाक मार. त्यांना घरी घेऊन ये. भीऊ नको.' मसामायचं बोलणं ऐकून मी चक्रावून जायचो. काकाची बायको आहे. मुलगा आहे, तरीही काका आपल्या घरी का येतो?

मी गावात निघायचा. काकाचा शोध घेण्यासाठी. रस्त्यात येणारा प्रत्येक माणूस न्याहाळायचा. प्रत्येक घर निरखायचा. सर्व घरं सारखीच वाटायची. मी रस्त्यानं गावात हिंडायचो. काका कोठे असेल? काकाचा काळा वाडा कसा असेल? गावातला माणूस दिसला की मला भिती वाटायची. मी रस्ता सोडून बाजूला व्हायचो.

मी चौकात आलो आणि मोठा वाडा दिसला. काळ्या दगडांचा. उगीच ओळखीचा वाटला. मी रेंगाळलो. वाड्यात पाहिलं. आत काका दिसला. काकानं पाहिलं. मी हाक मारणार तोच वाड्याचा दरवाजा बंद झाला. मला वाडा भूतासारखा वाटला. मी घरी आलो. मसामायला सांगितलं. तिच्या डोळ्यातून पाणी आलं.

दुपारी संतामाय आली. खराटा बाजूला ठेवला. मसामायला विचारलं, 'पाटील आला होता का?' मसामाय गप्पच होती. संतामाय शिव्या देत होती. 'पाटील रस्त्यात भेटला पण बोलला नाही. आता घरी येऊ दे. बघते त्याला' संतामाय न थकता बडबडत होती.

दुसरा दिवस उजाडला. मसामायनं मला पुन्हा गावात पाठवलं. काकाला बोलावण्यासाठी. मी गावात गेलो. काकाचा वाडा बंद होता. मी वाड्याजवळ थांबलो. पुन्हा पुढं निघालो. चावडीजवळ आलो. काका चावडीत पत्ते खेळत बसला होता. त्याच्याबरोबर दुसरी माणसं होती. मी काकाच्या चपल्या ओळखल्या. त्यांनी चावडीबाहेर चपला सोडल्या होत्या.

मी घरी आलो. मसामायलं सांगितलं. मसामाय माझ्यावर चिडली. 'जा. चपला घेऊन ये. चोरून आण. त्याशिवाय घरी येऊ नको' पुन्हा गावात आलो. चावडीजवळ गेलो. काका खेळात रंगला होता. मी हळूच चपल्याजवळ गेलो. काकाच्या चपला घेतल्या आणि घराकडे पळत सुटलो. लोक ओरडू लागले. मी घाबरलो होतो. घरी आलो. मसामायला चपला दिल्या. अंग घामेघूम झालं होतं. थोड्या वेळानं काका आला. मी मसामायमागं लपलो. काका घरात येऊन बसला. मी बाहेर पळालो.

काका आणि मसामायचं भाडण लागलं. मसामाय रडू लागली.

मसामायला मुलगी झाली. तिचं नाव निर्मला ठेवलं. गावात कोणी तरी आपल्या मुलीचं नाव निर्मला ठेवलं होतं. मी तिला निरमी म्हणायचो.

निरमीच्या जन्मानंतर काका आमच्याकडेच राहू लागले. मसामाय काकाला विचारायची, 'जाणार का मुक्काम करणार?' काका सांगायचे, 'मुक्काम करणार.' रात्री ते मुक्काम करू लागले. मी त्यांचे पाय तुडवायचो. ते आम्हाला गोष्टी सांगत. रामायण महाभारतातल्या. रोज नवीन. कधी सिंहासन बत्तीशी, तर कधी वेताळ पंचविशीमधील कथा सांगत. कधी तोता मैनाच्या गोष्टी, तर कधी नवनाथांच्या कथा. आम्ही रोज त्यांना कथा सांगण्याचा आग्रह करायचो. एके दिवशी मी त्यांना विचारलं, 'ह्या गोष्टी तुम्ही कशा शिकल्या?' त्यावर काकांनी सांगितले, 'गोष्टीची पुस्तके असतात.' मला आनंद झाला. 'मला गोष्टीचे पुस्तक आणून द्या' म्हणून मी हट्ट धरला. मसामायनंही माझी बाजू घेतली आणि कांकानी मला पुस्तकं आणून देणं सुरू केलं. पांडव प्रताप, हरिविजय, रामायण, शिवलीलामृत, नवनाथ कथासागर, मार्कंडय पुराण, वेताळ पंचविशी, सिंहासन बत्तीशी, तोता मैना अशी किती तरी पुस्तकं मी वाचली. ह्याच वयात मला भगवद्‌गीता, सत्यार्थ प्रकाशसारखे ग्रंथ वाचायला मिळाले. दादा जादूच्या कथा सांगायचा. चंदामाय लोककथा सांगायची. ह्या कथांनी माझं बालपण भरून गेलं होतं. मी ऐकलेल्या कथा नागीला सांगायचो.

श्रावण आला की मला वडिलांची आठवण यायची. हणमंता शिव भजनी

मंडळाबरोबर हन्नूरला यायचा. ह्या वर्षीही हणमंता आला होता.

मसामायनं चांगला स्वयंपाक केला होता. आज हणमंता घरी येणार होता. त्याची माझी भेट होणार होती. 'माझे वडील येणार आहेत' म्हणून मी मित्रांनाही सांगितलं होतं. वडिलांना भेटण्याची उत्सुकता वाटत होती.

संध्याकाळी काका आणि हणमंता घरी आले. दोघेही पिलेले होते. माझ्या मनात वडिलांचे एक चित्र होते. हणमंता तितका सुंदर वाटला नाही. त्याला पाहून मी नाराज झालो. मसामायनं त्यांना जेवण वाढलं. काकानं मला जवळ बोलावलं. हणमंताच्या मांडीवर बसवलं. हणमंतानं मला एक घास भरवला. हणमंताच्या डोळ्यातून अश्रू बाहेर पडत होते. तो रडत होता. काका त्याची समजूत काढत होते. मसामाय आम्हाला जेवण वाढत होती.

जेवणानंतर काका आणि मसामायचं भांडण सुरू झालं. मसामायनं त्या दोघांनाही घराबाहेर काढलं. मसामाय का रडतेय हे कळत नव्हतं. मसामाय मला जवळ घेऊन झोपली. थोड्या वेळानं दारावर थाप पडली. मसामायनं दारा आडून पाहिलं. काका आणि हणमंता आले होते. मसामाय चिडली होती. 'तुम्ही जाता का पेटवून घेऊ?' मसामायच्या आवाजानं घर दणाणलं होतं. मी भ्यालो होतो. ते दोघे परत गेले. काका मसामायला हणमंताबरोबर एक वेळ झोप म्हणून आग्रह करत होता.

चंदामाय मांजर पाळायची. मसामाय कोंबड्या. चंदामाय मांजराचं पिल्लू आणयची. त्याला मोठ करायची. मांजर मोठं झाल की मसामायच्या कोंबड्यावर झडप घ्यायचं. मसामाय चिडायची. भांडण काढायची, 'माझ्या कोंबड्या मारण्यासाठी तू मांजर पाळले आहे.' म्हणून चंदामायला शिव्या द्यायची. आठवडा आठवडा भांडणं चालायचे. भांडणं झाली की चंदामाय मांजराला बांधून घालायची. मसामाय आणि चंदामायमध्ये दिलजमाई झाली की चंदामाय मला आणि नागीला बोलवायची. मांजराला आमच्या ताब्यात द्यायची आणि 'नदीपलिकडं मांजराला सोडून या' म्हणायची. मी मांजराला उचलून घ्यायचो. नागी मांजराची दोरी धरायची. मांजर ओरडायचं. आम्ही मांजराला घेऊन घराबाहेर पडायचो. चंदामाय मला परत बोलावायची. 'मांजर मारू नका पाप लागेल. मांजराला मारलं की काशीला जाव लागतं.' म्हणून ताकीद द्यायची. मी आणि नागी मांजर घेऊन नदी पल्याड जायचो. मांजराला शिंदीच्या बनात सोडायचो. मांजर पळून जायचं.

घरी आल्यावर चंदामाय विचारायची 'मांजर ओरडलं का? त्याला जिवंत सोडलं का? कुठं सोडलं?' ती मसामायला शिव्या द्यायची. मांजराच्या आठवणीत दिवस काढायची. पुन्हा कोठून तरी मांजराचं पिल्लू आणायची.

गावात वडारी आले की मांजराची शिकार करायचे. गावभर मांजरं शोधत फिरायचे. चंदामाय त्यांच्याबरोबर भांडायची. आपलं मांजर बांधून ठेवायची. मी चंदामायच्या घरात गेलो की मांजर जवळ यायचं. माझ्या अंगाला अंग घासायचं. मला मांजराची भिती वाटायची. चंदामाय मांजराच्या ढोपरीत फुकारी मारायची. मांजर दूर पळून जायचं. पुन्हा हळूहळू जवळ यायचं. चंदामाय म्हणायची, 'भीऊ नको. काही करत नाही' मी हळूच मांजराच्या पाठीवरून हात फिरवायचो. मांजर ओरडायचं. जवळ यायचं.

मांजर मोठं झालं की पुन्हा कोंबड्यावर झडप घ्यायचं. मसामाय चिडायची. भांडणं व्हायची. पुन्हा आम्ही मांजराला नदी पलिकडे नेऊन सोडायचो. चंदामाय पुन्हा मांजराचं पिल्लू आणायची.

श्रावणात पुराण ऐकायला मिळायचं, तर उन्हाळी सुट्टीत पौराणिक नाटकं पाहायला मिळायची. एप्रिल मे महिन्यात ठिकठिकाणी यात्रा भरत. ह्या यात्रेनिमित्ताने कन्नड पौराणिक नाटकं होत. कधी कधी मराठी नाटकंही होत. आमच्या गावी दोन यात्रा व्हायच्या. बाशा मुल्लाची पार्टी आमच्या गावातील लगीनशावली ह्या पीराची यात्रा करे, तर शामू भरमशट्टी ह्यांची पार्टी सिध्देश्वराची यात्रा करे. दोन्हीही यात्रा उन्हाळ्यात भरत. ह्या यात्रेच्या निमित्ताने कुस्त्या व्हायच्या. नाटकं बसवली जायची. मोठा बाजार भरायचा. आम्ही गावोगावच्या यात्रा पाहायला जायचो.

बुऱ्हाणपूर हे मुस्लिमांचं वर्चस्व असलेलं खेडं, तर हन्नूरमध्ये लिंगायतांचं वर्चस्व. ह्या दोन्ही गावात हाडवैर होतं. बुऱ्हाणपूरात एक मंदिर आहे. हिंदू त्याला आपलं मंदिर म्हणतात, तर मुसलमान त्याला दर्गा. दोघांचा वाद जुना आणि कडवा आहे. त्यामुळं हे मंदिर सदैव बंद असते. वर्षातून एक दिवस हे मंदिर उघडले जाते. ह्या मंदिराला चार दिशेला चार दरवाजे आहेत. उत्तर आणि दक्षिण दाराजवळ मुस्लिम पूजा करतात. तर पूर्व आणि पश्चिम दाराजवळ हिंदू पूजा करतात. हिंदू 'श्री सिद्धेश्वर महाराज की जय' असे म्हणतात, तर मुस्लिम 'सिद्धाप्पाकी धोस्तरा हो धिन' असा धिन गाजवतात. ह्या दर्ग्यावरून हन्नूर आणि बुऱ्हाणपूरमध्ये भांडणं होतात. मिटतात. पण हे भांडण संपत नाही. मला माझं घर आठवतं. माझ्या घरात लिंगायत काका आणि मुसलमान दादा आनंदानं राहातात. त्यांच्यात कधी वाद होत नाही.

मी सहावीला असेन त्यावेळी आमच्या महारवाड्यातील लोकांनी म. आ. कारंडे लिखित "नवी वाट" नावाचे नाटक केले होते. मी हे नाटक पाहून दहा पानांची एकांकिका लिहिली होती. ती भोसले गुरुजींनी वाचली. ते म्हणाले, 'हे नवी वाट ह्या नाटकाचं अनुकरण आहे.' हे वय अनुकरण करण्याचेच होते. मी ते नाटक

आमच्या धर्मशाळेत केले. मी स्त्री भूमिका केली होती. त्यामुळं मुली मला छेडायच्या. त्यांचं छेडणं मला आवडायचं.

आमच्या गावी प्राथमिक पर्यन्तच शाळा होती. सातवी नंतर मी आठवीला चुंगीत प्रवेश घेतला. चुंगीत नव्याने हायस्कूल सुरू झाले होते. चुंगी आमच्या गावापासून तीन मैल लांब होतं. रोज सकाळी आम्ही शिकायला चुंगीला जायचो. संध्याकाळी परत यायचो. खांद्यावर दफ्तराचं ओझं घेऊन चालावं लागायचं. चुंगीत मी दत्तू मामा आणि रोहिदास मामाच्या घरी जायचो. शनिवारी सकाळी शाळा असायची. त्यादिवशी खूप धावपळ व्हायची. हिवाळ्यात त्रास व्हायचा. मला शाळा तुरुंगासारखी वाटायची. मी शाळेला जायचो नाही. अर्ध्या वाटेत जायचो. रानात कुठल्या तरी झाडाखाली बसायचो. संध्याकाळी घरी यायचो. मी शाळा खूप बुडवायचो.

संध्याकाळची वेळ होती. मसामाय, संतामाय आणि चंदामाय बोलत बसल्या होत्या. मी, नागी खेळत होतो. काशिराम आला. त्याच्याबरोबर एक म्हातारी आणि दोन मुलं होती. काशिरामनं त्यांना आमचं घर दाखवलं. मसामायनं त्यांना ओळखलं. मसामाय मुलांना जवळ घेऊन रडू लागली. म्हातारी मसामायची सासू होती. कचराबाई. तिनं रमाकांत आणि उमाकांतला आणलं होतं. मुलं आईला भेटण्यासाठी आली होती. मला त्यांचा राग येत होता. रमाकांत आणि उमाकांत मोठे झाले होते. 'तुझी मुलं आणलीत. तुला भेटायला' कचराबाई मसामायला बोलत होती. कचराबाईनं आम्हाला जवळ घेतलं. गळ्याला लावून घेतलं. रडू लागली. 'लोकांनी आमचं घर मोडलं. नाही तर तुम्ही आमच्या घरी जन्मला असता. माझं घर भरलं असतं' कचराबाईचा गळा दाटून आला होता. उमाकांत आणि रमाकांत मसामायला बिलगून बसले होते.

हळूहळू महारवाड्यातील बायका जमू लागल्या. मसामायची मुलं आलेलं सर्वांना कळलं होतं. त्यादिवशी काकाही चोरासारखा घरात आला. उमाकांत आणि रमाकांत कन्नड बोलायचे. आम्ही मराठी. कचराबाई आठ दिवस राहून गेली. पुढच्या महिन्यात पुन्हा येणार होती. विठ्ठल कांबळेला घेऊन.

विठ्ठल कांबळे खूप आजारी होता. त्याला पुन्हा एकदा मसाईला भेटायचं होतं. मी नागीला म्हणायचो, 'आपल्या आईचा नवरा येणार आहे. तो आईला घेऊन तर जाणार नाही?' नागी रडवेली व्हायची, 'आई आपल्याला सोडून जाईल. तिला नवऱ्याची मुलं आहेत. आपण काय करायचं?' आम्ही विठ्ठल कांबळेला पाहायला उत्सुक होतो.

मसामाय नवऱ्याची रोजच वाट पाहात होती. काका मसामायला विचारायचा

'सासूला काय सांगितलंस?' मसामाय म्हणायची 'पाटील आहे. गावचा राजा. त्यानं मला ठेवलंय.' काका हसायचा. मग मसामाय हसायची. मग मी, नागी हसायचो. काशिराम आला. त्यानं विठ्ठल कांबळेला उचलून आणलं होतं. काशिराम कधी कधी असं मेलेलं जनावर घेऊन यायचा. काशिरामच्या मागे कचराबाई होती. मसामाय धावत पुढं आली. रडू लागली. विठ्ठल कांबळेला चंदामायच्या घरात ठेवलं.

विठ्ठल कांबळे पंधरा दिवस आमच्या घरी होता. संतामाय डॉक्टरला बोलावून आणायची. चंदामाय नवस करायची. मसामाय म्हणायची, 'काही खर्च होवो, मी माझ्या नवऱ्याला बरं करेन.' काकानंही विठ्ठल कांबळेला धीर दिला. दादाही बोलला. पण विठ्ठल कांबळेची प्रकृती दिवसेंदिवस खालावत होती. आजार वाढत होता, 'विठ्ठल इथं मेला तर आपल्यावर लोकांचा बोल येईल. हा काही जगणार नाही. ह्याला बासलेगावला पाठवलं पाहिजे.' ह्या गोष्टीवर सर्वांचं एकमत झालं. संतामायनं कचराबाईला समजावून सांगितलं.

काशिरामानं विठ्ठल कांबळेला उचलून पाठीवर घेतलं. आम्ही सर्वजण बस स्टँडवर आलो. सर्वजण रडत होते. बस गेली. मसामाय म्हणत होती, 'आपल्या हाताला यश आलं नाही.'

तिसऱ्या दिवशी बासलेगावहून सांगावा आला. विठ्ठल कांबळे मेला होता. संतामाय मयतीला गेली. मसामाय दिवसभर रडत होती. 'काल घुबड ओरडलं. खरं झालं. काका दुपारी येऊन गेला.'

संतामाय दुसऱ्या दिवशी माती देऊन आली. बासलेगावचे लोक मसामायची वाट पाहात होते. पण मसामाय गेली नव्हती.

मसामाय पुन्हा गरोदर होती. पुढल्या महिन्यात तिचं बाळंतपण होतं.

हायस्कूलमध्ये प्रत्येकाला नादारी अर्ज भरून द्यावा लागे. मलाही तो अर्ज भरायचा होता. अर्जामध्ये पूर्ण नाव, पालकाचे नाव, पत्ता इ. मजकूर लिहायचा होता. मी पालक म्हणून आईचे नाव लिहिले. कारण वडिलानं पितृत्व नाकारलं होतं. पालकाच्या नावाच्या ठिकाणी मसाई हणमंता लिंबाळे असे नाव लिहिले. नादारी अर्जावर सरपंचाची सही आणि शिक्का घेण्यासाठी गावात गेलो. सरपंचाने मला सही दिली नाही. मसाईच्या नवऱ्याचे नाव विठ्ठल कांबळे होते. त्यांनी मसामायला फारिकत दिली होती. मी अर्जात मसाई हणमंता लिंबाळे असे नाव लिहिले होते. मसाई आता यशवंतराव पाटील ह्यांच्याकडे. राहात होती. त्यामुळे सरपंचाने सही दिली नाही. मी दुसरा नादारी अर्ज भरला. त्यात पालक म्हणून संताबाई रामा बाळशंकर असे आजीचे नाव लिहिले. सरपंचाने पुन्हा सही दिली

नाही. कारण संतामाय महामूद दस्तगीर जमादार ह्या मुसलमानाकडे राहात होती. सरपंच म्हणायचा, 'मी रामा बाळशंकर ह्याला ओळखत नाही.' मला पालकाचे पूर्ण नाव मिळत नव्हते. शेवटी मी दुसराही अर्ज फाडला. तिसरा अर्ज भरला. पालक म्हणून चुंगीच्या दत्तूमामाचे नाव लावले. चुंगीच्या सरपंचाची सही घेतली. वर्ग शिक्षकाला अर्ज दिला. वर्ग शिक्षकाने अर्ज पाहून मला प्रश्न विचारले,

'तुला वडील नाहीत का?'

'मरण पावलेत.'

'आई नाही का?'

'मरण पावली.'

आमच्या गावची मुलं माझं उत्तर ऐकून गोंधळली होती.

मसामायला पुन्हा मुलगी झाली. काका आणि मसामायनं चार पाच दिवस विचार करून मुलीचं नाव 'वनमाला' असं ठेवलं. मी तिला 'वनी' म्हणायचो.

माझं आठवीचं वय. मी शाळंत जाऊन बसावं तसं माझ्या आयुष्यात शेवंता येऊन बसली. शेवंता माझी बाल मैत्रीण. माझं शरीर जागं होत होतं. मनात पहाट झाली होती. नजरेत तांबड फुटलं होतं. ओठ उगवले होते. शरीरातल्या रक्तात तरंग ऊठत होते. शेवंताचा चेहरा नदीत सोडलेल्या दिव्यासारखा माझ्या शरीरभर वाहात होता. कोवळ्या कच्च्या वयाला मोहोर येत होता. धर्मशाळेपुढं बसून शेवंताला पाहाणं म्हणजे अनंत आनंदात सचैल डुंबणं होतं. शेवंतामुळं शाळा बुडवत होतो.

आठवीची परीक्षा दिली. उत्तीर्ण झालो. मी चुंगीची शाळा बुडवतो म्हणून मला चपळगावच्या हायस्कूलमध्ये टाकलं. बोर्डिंगमध्ये प्रवेश मिळाला. मसामायकडं लोखंडी पेटी होती. त्यात ती आपल्या साड्या ठेवायची. मसामायने मला ती पेटी दिली. मी पेटीत माझे कपडे भरले आणि चपळगावच्या बोर्डिंगमध्ये हजर झालो. शेवंताची आठवण सावलीसारखी माझ्या सोबत होती. मी चपळगावला गेल्यानंतर संतामायने निरमीला आपल्याकडे घेतले. निरमीने माझी जागा घेतली.

चपळगावच्या बोर्डिंगमध्ये सवर्ण आणि दलित मुलं एकत्र राहायची. आमच्या खोलीत आमच्या गावची सवर्ण मुले राहात होती. आम्ही एकत्र राहायचो. एकत्र जेवायचो. एकत्र खेळायचो. सुट्टीच्या दिवशी एकत्र गावी यायचो. रस्त्याने चेष्टा मस्करी होई. सवर्ण मुलांपेक्षा आमचीच दांडमाई अधिक असे.

बोर्डिंग गावात होते. गावातही सहज वावरत होतो. सवर्णांविषयीची भिती नष्ट होत होती. आमच्या मनातले दुय्यमपण हळूहळू लोप पावत होते. इथं अस्पृश्यता आडवी येत नव्हती. अनेक जातींच्या मुलांमध्ये मिसळून जाताना आम्हाला आमचं

सत्त्व गवसत होतं. बोर्डिंगमध्ये गाववाल्या सवर्ण मुलांबरोबर केलेला ऊनाडपणा, गावाला जाता-येताना सवर्ण मुलांची केलेली टिंगल टवाळी, अभ्यासाने सवर्ण मुलांवर केलेली मात ह्यामुळे बालपणापासून मनात साचलेला न्यूनगंड नष्ट होऊ लागला. मनाला पालवी फुटू लागली.

शनिवार रविवार आम्ही गावी यायचो. सोमवारी परत चपळगावला जायचो. मी मात्र आठवडा आठवडा शाळा बुडवायचो. शेवंतासाठी.

शेवंताचे आई वडील मोल मजूरीसाठी रानात जायचे. शेवंता आपल्या लहान भावंडांना घेऊन घरकाम करायची. मला पाहिलं की अंगणात येऊन भांडी घासत बसायची. मी तिला पाहात राहायचो. मी नदीला गेलो की ती नदीला धुणं धुवायला यायची. पाणी आणायला यायची. वाहाणारी नदी आमच्या वाढणाऱ्या वयाची आणि प्रेमाची साक्षीदार होत होती. शेवंता यायची. पाणी भरायची. परत जायची. जाताना मागे वळून पाहायची. माझ्या मनातला डोह ढवळून निघायचा. 'शेवंता पुन्हा येऊ दे' म्हणून मी देवाचा धावा करायचा. शेवंता यायची. हसायची. निघून जायची. हसणं आणि पाहाणं ह्यातून आमचं गुंतणं वाढत होतं. पण बोलण्याचं धाडस मात्र होत नव्हतं. डोळे खूप काही बोलायचे. विचारायचे. पण ओठ मात्र तुरूंगाच्या दारासारखे.

मी जेवण करत होतो. मसामाय स्वयंपाक. शेवंता दारात येऊन ऊभी होती. ती दारातून माझ्याकडे पाहात होती. मी तिच्याकडं. तिच्या खाणाखुणा आणि माझं डोलणं. मसामाय आम्हा दोघांनाही चोरून पाहात होती. शेवंता गेल्यावर मसामायनं मला जवळ बोलावलं, 'काय रे चोरा, काय करत होतास? तुम्ही दोघे मोठ्या माणसासारखे चाळे करत होता.' मसामायनं आपल्याला रंगे हात पकडले म्हणून मी ओशाळलो. मसामायनं संतामायला सांगितलं. संतामाय चिडली. 'तू त्या पोरीचा नाद सोड. तुला तोडून घालतील. तुझ्यामागं कोण आहे. घरात गडी माणूस नाही. आम्हाला रस्त्यावर घेऊन निजतील.' मी गंभीर झालो. संतामायनं मला रोहिदासची मामाची कहाणी सांगितली.

"रोहिदास मामा चुंगीवरून हन्नूरला यायचा. महिना महिना चंदामायकडं राहायचा. त्यानं आमच्या महारवाड्यातली लग्नाची बाई काढून नेली होती. सर्व महारवाडा रोहिदासला मारण्यासाठी काठ्या कुऱ्हाडी घेऊन मागे लागला होता. रोहिदास कुणाच्याही हाती लागला नाही. नाही तर त्याचा खून झाला असता. अजूनही महारवाड्यानं ही घटना विसरलेली नाही." संतामायचं बोलणं ऐकून मी सुन्न झालो.

दुसऱ्या दिवशी मी चपळगावला गेलो. शाळा बुडविली म्हणून वर्ग शिक्षकानं

मला मारलं. अंगठे धरायला लावले.

माझं आणि इतर मुलांशी जेव्हा भांडणं व्हायचं, तेव्हा ते मला 'अक्करमाशी' म्हणून हिणवायचे. एकावर एक अकरा म्हणून ओरडायचे. मला कोणी 'अक्करमाशी' म्हटलं की तळपायाची आग मस्तकाला जायची. मसामायचा राग यायचा. मसामायने पाटलाबरोबर अनैतिक संबंध का ठेवले? मी चिडायचो. माझी आई व्यभिचारी आहे. ह्या व्यभिचारी स्त्रीच्या अंथरूणावर मी का जाऊ नये? माझा त्रागा व्हायचा. माझ्या मनातल्या आईच्या प्रतिमेला तडे जायचे. मी आई ही व्यवस्था नाकारायचो. समाजातल्या वडिल ह्या संस्थेवर माझा विश्वास बसायचा नाही. मुलांची काय चूक आहे? कोठे जन्मावे हे माणसाला थोडेच ठरवता येते? आई वडिलांच्या चुकीची शिक्षा मुलांना का?

मी वर्तमानपत्रात वाचतो. अनैतिक संबंधांतून होणारे खून. अनौरस मुलांची हत्या. तेव्हा मला माझी दया येते. माझी आई अशी एकटी नाही. अशा कैकजणी आहेत. मसामायनं माझा गळा दाबला नाही. मला जन्म दिला. वाढवलं. मला माझी आई कुंतीपेक्षाही थोर वाटते.

दुपारची वेळ होती. मी आणि मसामाय दारात बसलो होतो. गावातील गुंड गंगाराम दारू पिला होता. तो नशेत डुलत चालला होता. त्यानं आम्हाला पाहिलं. तो आमच्याकडं आला. त्याचे डोळे लाल बुंद झाले होते. तो मसामायजवळ बसला. मसामाय दूर झाली. त्यानं मसामायचा हात धरला. मसामायनं संतामायला हाक मारली. संतामाय घरातून बाहेर आली. तिनं मसामायचा हात सोडवला. मसामाय घरात जाऊन बसली. संतामाय गंगारामच्या पाया पडत होती. हात जोडत होती. गंगाराम ऐकायला तयार नव्हता. तो घरात घुसण्याचा प्रयत्न करत होता. संतामाय त्याला अडवत होती. अर्ध्या तासानं गंगाराम शिव्या देत निघून गेला. मसामाय रडत होती. संध्याकाळी मसामायनं काकाला सांगितलं. काकानं मसामायची समजूत काढली.

मी वर्गात बसलो होतो. शिपाई आला. त्याने मला बोलावलं. बाहेर संतामाय आली होती. हन्नूरहून चालत. तिच्या स्वप्नात मी गेलेलो. संतामायला पाहून रडूच आलं. संतामायनं मला शाळेबाहेर नेलं. तिला कुण्या तरी बाईच्या चपला सापडल्या होत्या. त्या तिने पिशवीत घालून आणल्या होत्या. मी पायात घातल्या. अंगठा तुटला होता. मी आणि संतामाय बस स्टँडवर आलो. बस स्टँडजवळ चांभार चपला शिवत बसला होता. आम्ही अंगठा शिवून घेण्यासाठी त्याच्याकडे गेलो. तो संतामायला ओळखत होता. त्याने अंगठा लावला नाही. मी आणि संतामाय चालत

हन्नूरला आलो. दफ्तर शाळेतच सोडले होते.

मसामाय पुन्हा गरोदर होती.

कधी एकदा शेवंताला पाहू असं झालं होतं. मी तिच्या घराकडं निघालो. 'शेवंता आपली बायको झाली पाहिजे' मन अग्या मोहोळासारखं भणभणत उठायचं. संतामाय म्हणायची, 'शरणू, मी शेवतांच्या बापाला विचारते. त्यानं हो म्हटलं तर तुझं-शेवंताचं लग्न करू. तो माझी गोष्ट नाही म्हणणार नाही' शेवंता माझ्या मनात ऊसळत होती.

दोन दिवस झाले. संतामाय काहीच सांगत नव्हती. माझ्या संयमाचा कडेलोट झाला. मीच संतामायला विचारलं, 'काय झालं?' संतामायनं शेवंताच्या बापाला शिव्या दिल्या. 'शेवंताला आपल्या घरात देत नाही म्हणतो. तू अक्करमाशी आहेस. तुला मुलगी अक्करमाशीच पाहिली पाहिजे.' मला डागल्यासारखं वाटलं. मसामाय म्हणाली, 'माझी मैत्रीण आहे. डोंबाऱ्याची. नाचतेय. तिला मुलगी आहे. तिच्याबरोबर तुझं लग्न लावून देते.' मी काहीच बोलायचो नाही.

आमच्या महारवाड्यात चार दारूचे धंदे होते. माणिक, दामू, कमळा आणि हिरा ह्यांच्या घरी दारू धंदे चालायचे. चौघांचेही पोलिसांना हफ्ते होते. काकांनाही गावचे पोलिस पाटील म्हणून पैसे मिळायचे. काका दारू पियाचा. दादा दारू पियाचा. मसामायनं घरीच दारू धंदा सुरू केला. दिवसभर दारूला गिऱ्हाईक यायचं. गिऱ्हाईकाचे दारू धंदेवाले ठरलेले असायचे. तिथं त्यांची ऊधारी असायची. तरूण मुलंही रात्री दारू पियाला यायचे. झांबरे गुरुजी दारू पियाचे. गुरूजी दारू पितात ह्याचं आश्चर्य वाटायचं.

दारूला गिऱ्हाईक आलं की तास न तास पित राहायतचं. काहीजण यायचे. पटकन् पिऊन जायचे. पण दारूबाज माणसं पित राहायची. बोलत राहायची. भांडत राहायची. बसल्या जागी ओकायची. कुठंही थुंकायची. मसामाय त्यांच्यावर चिडायची. मसामाय दारू दारूडे तिचा देताना हात धरायचे. घरात कोणी नसलं की मी दारू विकायचो. मसामाय म्हणायची, 'शरणूच्या हातची भवानी चांगली होते. त्यालाच गिऱ्हाईक करू द्या' माझ्या हाताला यश येतं म्हणून कमळा मला मुंबई मटका लावायला पैसे द्यायची. संतामाय रोज उठल्यावर प्रथम माझं तोंड पाहायची.

दारू कडक असली की गिऱ्हाईक खूष व्हायचं. दारू चांगली नसली की तक्रारी करायचं. दुसरीकडं जायचं. इकडचं गिऱ्हाईक तिकडं गेलं की दारू धंदेवाल्यात भांडण व्हायची. गाववाल्यांना महाराची दारू चालायची, पण पाणी नाही. महाराची बाई चालायची, पण भाकरी नाही. दारूडे महारवाड्यात गोंधळ घालायचे. त्यामुळे

माझा वडील गावाचा पाटील, तो वाड्यात रहातो. माझी आई त्याची रखेली. झोपडीत रहाते. वडील वाड्यात मरेल, आई झोपडीत. मी कोठे ? मी वडिलांकडे गेलो तर, ते मला ओळखतील ? बोलतील ?

महारवाड्यातील लोक चिडायचे. दारू धंदे बंद झाले पाहिजेत. गावाच्या बाहेर गेले पाहिजेत.' मलाही लोकांचं बरोबर वाटायचं.

दारू आरळीहून आणावी लागे. आरळी हन्नूरपासून सहा मैल लांब. मी दारू आणायला सायकलवर जायचो. ट्युबमध्ये माल बांधून मिळायचा. ट्युब सायकलला बांधायचो. तांब्याभर माल शँपल म्हणून मिळायचा. पाणी पिल्यासारखं दारू पियाचो. सायकलवर निघायचो. कच्चा रस्ता, तोल जायचा. पडायचो. सायकलंच हँडल वाकडं व्हायचं. नशेत सायकल उभी करता यायची नाही. सायकलीवर बसता यायचं नाही. मग कुणी तरी गुराखी सायकलवर बसवून द्यायचा. घरी आल्यावर मसामाय शिव्या द्यायची. 'घरात येऊन पी. रस्त्यात काय झालं तर?' हातापायाला जखमा व्हायच्या. संतामाय तशाही अवस्थेत माझं कौतुक करायची. 'सायकल किती जोरात मारतो. किती लवकर आला माझा वाघ.' मी नशेत असायचो.

काका घरातली दारू पिऊन संपवायचा. मसामाय चिडायची. 'तुम्हीच दारू पिऊन संपवली, तर गिऱ्हाईकाला काय विकू? धंदा कसा चालणार?' काकाही चिडायचा, 'पोलिसांना माझ्यामुळे हप्ता द्यावा लागत नाही. त्या बदल्यात मी दारू पितो.' दारूमुळं काका मसामायची भांडणं व्हायची.

दादा दारू पिऊन गावात कोठेही पाडयचा. मी, संतामाय आणि निरमी जायचो. दादाला पकडून घरी आणायचो. त्याचं धोतर फिटलेलं असायचं. कपडे घाणीनं भरलेले असायचे. तो ओरडायचा. सरपंचाला शिव्या द्यायचा. नोटा फाडायचा. पैसे उधळून द्यायचा. मी आणि संतामाय दादाला धरून आणायचो. निरमी दादाच्या चपल्या घेऊन आमच्यामागे यायची. संतामाय दादाला शिव्या द्यायची. घरी आल्यावर फुकारीनं मारायची. दादा जेवणाचे ताट फेकून द्यायचा. ताटातलं अन्न घरभर व्हायचं. संतामाय दादाचं तोंड दाबायची. दादा शिव्या द्यायचा.

कधी कधी संतामायही दारू पियाची.

कधी कधी संतामायच्या अंगात यायचं. ती चिकायची. घुमायची. डुलायची. मला संतामायची भिती वाटायची. मी घराबाहेर पळून जायचो. अंगणात थरतरत उभा राहायचो. लोक जमायचे. दादा अंगारा लावायचा. मग अंगातलं हळूहळू उतरायचं. झोपताना दादा आल्ला, मौल्ला, बिस्मिल्ला, हैद्री ख्वाजा, बंदे नवाज, हाजी मलंग म्हणायचा. संतामाय अंबाबाई, लक्ष्मी, मऱ्याई, मसाई, जोखाई म्हणायची. एकीकडे रात्रभर खोकणारी संतामाय, तर दुसरीकडं दारू पिऊन रात्रभर बडबडणारा दादा. दोघांच्या मध्ये मी झोपलेला.

दारू धंद्यात पोलिसांची हमेशा भिती असायची. पोलिसांची धाड पडेल म्हणून आम्ही माल उकिरड्यात पुरून ठेवायचो. लागेल तसा काढून आणायचो.

मला माझ्या आईचं पूर्ण प्रेम मिळाले नाही. ती माझी पूर्ण आई कधीच नव्हती. ती माझी आर्धी आई, तर आर्धी पाटलाची बाई होती. तिला पाटलाची मर्जी सांभाळावी लागे. अशा परिस्थितीत तिनं कधीतरी माझ्या पाठीवरून हात फिरवला तर तिचा स्पर्श मला जीवन देणारा वाटायचा. वठलेल्या झाडाला पालवी दिल्यासारखा.

पोलिस आले की घरात घुसायचे. असलेला माल न्हाणीत ओतून पाणी टाकायचो. पोलिसांनी एकदा माणिकला पकडलं. माणिकनं पोलिसांच्या हातावर दारूच्या बाटल्या फोडल्या होत्या. त्याला शिक्षा झाली. तो तुरूंगातून सुटून आल्यावर सर्वांच्या पाया पडत फिरायचा. पोलिसाची धाड पडल्यावर धंद्याची घडी विस्कटून जायची. पुन्हा धंदा सुरू करताना उधार उसनवारी करावी लागे. पोलिसांना हप्ते असल्याने धाड कधी पडणार हे अगोदरच कळायचं.

शामू भरमशट्टीची पार्टी निवडून आली की दादाचं ग्रामपंचायतीचं काम जायचं. बाशा मुल्लाची पार्टी निवडून आली की दादाला ग्रामपंचायतीचं काम मिळायचं. संतामायला झाडूकाम मिळायचं.

मी धर्मशाळेत बसलो होतो. बाळाराम आला. त्यानं माझ्या मानगुटीला करकचून पकडलं आणि धर्मशाळेबाहेर जोरात ढकलून दिलं. मी पडता पडता वाचलो. नाही तर तोंडातले दात पडले असते. मी स्वत:ला सावरून उभा राहिलो. बाळाराम माझ्यावर ओरडत होता, 'ही धर्मशाळा तुझ्या बापाची नाही. तुझा बाप बासलेगावचा पाटील आहे. तू तिथं जाऊन खेळायचं. पुन्हा ह्या धर्मशाळेत दिसलास तर तुझी तंगडी मोडेन. चालता हो इथून.' मी निमूटपणे तिथून निघालो.

मला वडिलांची तीव्रपणे आठवण आली.

दादा माझ्यावर रागावला की मी खवळायचो. त्याचा अपमान करायचो. 'तू मुसलमान आहेस. माझा बाप नाही. तू मला मारू नको. तुझा माझा काय संबंध?' दादा वर उचलेला हात खाली घ्यायचा. मी निवडूंगासारखा उभा राहायचो. काकावरही चिडायचो. काका रागावला की त्यांचाही अपमान करायचो. 'पाटील, तुमचा माझा काही संबंध नाही. तुम्ही मला हात लावायचं नाही.' काका माझं बोलणं ऐकून निघून जायचा. घरात कोणी रागावलं की मी बासलेगावच्या वाटेनं निघून जायचो.

बासलेगावात माझा वडिल राहातोय. कसं असेल हे गाव? कशी असतील तिथली माणसं? माझी भावंड कशी असतील? माझं घर कसं असेल? शेत कसं असेल? तिथली माझी आई कशी असेल? मी बासलेगावच्या रस्त्याने निघायचो. रडत. रस्त्यात भिती वाटायची. बासलेगावला गेलो तर तिथले लोक मला ठार मारतील. मी त्यांना नको आहे. मी अस्पृश्य आहे.

मी रस्त्यावर बसायचो. मला दुरून संतामायच्या हाका ऐकू यायच्या. तिच्या हाका ऐकून मला आनंद व्हायचा. मी झाडाआड लपायचो. संतामाय मला पाहायची. हाताला धरून ओढायची. मी प्रतिकार करायचो. रडायचो. संतामाय मला घरी घेऊन यायची.

हा वाडा कोठे आणि आमची झोपडी कोठे? तरीही काका आमच्या झोपडीत येतो. मसामायला चांगले कपडे नेसायला मिळाले तर ती पाटलीणीसारखी दिसेल. ह्या वाड्याशी आमचा काय संबंध? ह्या घरंदाज भिंती का स्वीकारत नाहीत आम्हाला? हे घर मुकं का?

घरी आल्यावर सर्वजण मला परक्यासारखे वागवायचे. नागी, निरमी माझ्याबरोबर खेळायच्या नाहीत. नागी माझ्याशी भांडायची. शिव्या द्यायची. 'तुझा आमचा संबंध नाही. तू आमच्या बापाचा नाहीस. तू आमच्याबरोबर खेळू नकोस.' नागीचे शब्द ऐकून मी आतबाहेरून फाटायचो. माझ्या मनात उपरेपणा भिनायचा. काका दादाला म्हणायचा, 'शरण्याला कशासाठी सांभाळतोस? त्याला हाकलून काढ.' दादा म्हणायचा, 'संतासाठी पाळावं लागतंय.' मसामाय म्हणायची, 'त्याला विष घातलं पाहिजे.' मी चक्रावून जायचो. संतामायला सांगायचो. संतामाय त्यांच्याशी भांडायची. 'तुमचं काय चाललंय? मी त्याला भीक मागून सांभाळेन.' संतामायचा संताप पाहून सर्वजण शांत व्हायचे. संतामाय त्यांच्याशी भांडायची. मसामाय संतमायला शिव्या द्यायची. मला मारायची. संतामाय रागाने विहिरीत पडायला जायची. मी भांबावून जायचो. मग संतामायला कोणीतरी अडवून आणायचं. मसामाय म्हणायची, 'तिला आडवू नका. ती विहिरीत पडणार नाही.'

नदीला नवं पाणी आलं की आम्ही पोहायला धडपडायचो. मोठा पूर असला की नदीच्या किनाऱ्यावर बसून पूर पाहात राहायचो. नवं पाणी यायचं. मासे यायचे. पूरातून नारळं यायची. प्रेत यायचे. नदीच्या काठावर प्रेत अडकलं की काकाचं काम वाढायचं. पंचनामा व्हायचा. प्रेताचे नातेवाईक यायचे. प्रेत घेऊन जायचे. कधी कधी बेवारस प्रेत म्हणून पंचनामा व्हायचा. नदीतून प्रेत वाहात आलं की नदीची भिती वाटायची. पूर उतरला. पाणी कमी झालं की आम्ही नदीत उड्या मारायचो. मोठी माणसं रागावयाची. नदीत पोहू द्यायची नाहीत. मी नदीत पोहण्यासाठी भोपळा आणून ठेवला होता. पूर आला की लोक भोपळा बांधून पोहायचे. मी ही भोपळा घेऊन पोहायला निघालो होतो. नागी म्हणाली, 'हा मरेल. नदीला पाणी आलंय' मसामाय म्हणाली, 'जाऊ दे. मरू दे. एक पीडा टळेल.' मी भोपळा घेऊन घराबाहेर पडलो. माझं पोहणं बघण्यासाठी मुलं माझ्यामागे येत होती. मी पोहणार असल्याच्या बढाया मारत होतो. कपडे काढले. कमरेला भोपळा बांधला. काठावर जाऊन उभा राहिलो. दूरवर पाणी पसरलं होतं. पूराचा आवाज येत होता. जणू नदी मला हात पसरून बोलवत होती. प्रल्हाद माझ्यावर ओरडला, 'अरे उडी टाकू नको. मरशील' मी ओरडलो, 'भोपळा आहे.' प्रल्हाद ओरडला, 'भोपळ्यानं काय होणार. पूर मोठा आहे. माघारी फिर.' मी प्रल्हादचं ऐकलं. कमरेचा भोपळा सोडला. कपडे घातले. नदीतून एक प्रेत वाहताना दिसलं. मी परत फिरलो.

दुपारी काका आला. त्याचा चेहरा पडला होता. काकाचे वडील आजारी होते. मसामायनं काकाच्या वडिलांना भेटायचं ठरवलं. काकानंही होकार दिला.

काकाच्या घरी जायचंय म्हणून खूप आनंद झाला. मसामायनं सर्वांना आंघोळ्या घातल्या. आम्हाला नटवलं. मसामायही सजली. वाकडा भांग पाडला. काजळ घातले. काकाच्या घरी नांदायला निघाल्यासारखी निघाली. मसामाय भेटेल त्यांना सांगायची, 'पाटलाच्या वाड्यावर चाललेय. पाटलाच्या वडिलांनी भेटायला बोलावलंय. आजारी आहेत. भेटून येते.' प्रत्येकजण म्हणायचे,' जा. भेट. पण काही तरी माग.' मसामाय हसायची. मलाही हासू यायचं.

आम्ही काकाच्या वाड्यावर आलो. काकाचे वडील बैठकीत लवंडले होते. नोकरानं आम्ही आल्याचं त्यांना सांगितलं. काका घरात बसला होता. तो पुढे आला नाही. काकाची माय आली. तिनं आम्हाला पाहिलं. बसायला सांगितलं. मसामाय दुरूनच पदर पसरून त्यांच्या पाया पडली. आम्हीही मसामायचं अनुकरण केलं. काकाची बायको काशीबाई आमच्याकडे रागावून पाहात होती. काकाचा मुलगा कल्लू खेळत होता.

नोकरानं आम्हाला चहा दिला. लोखंडाच्या टोपल्यात चहा ओतला होता. माझे हात थरथरत होते. मी टोपल्यातून चहा पिला. टोपल्याचे काठ मोठे असल्याने ते तोंडात मावत नव्हते. चहा अंगावर सांडला होता. नागी, निरमी, वनीला चहा दिला नाही. त्यांना टोपल्यातून कसा चहा पिता येईल? मसामायनं चहा पिला आणि टोपलं धुवून ठेवलं. काकाच्या घरचा चहा मिळाला म्हणून मसामायला आनंद झाला होता. ती अनेकांना ही घटना सांगत होती. तेव्हा मला मसामायनेच सांगितलेली गोष्ट आठवायाची.

*"एकदा एक महारीण बाजाराला निघाली. नटूनथटून. घरात खोबऱ्याचं तेलं नव्हतं; म्हणून तिनं चरबीचं तेल लावलं होतं. त्यामुळं तिच्या डोक्याभोवती माशा घोंघावत होत्या. लोक तिच्याकडे बघत होते. महारीणीला वाटत होतं लोक आपल्याकडेच पाहात आहेत. महारीण खुषीत होती. महारीण बाजारातून फिरत होती. पुढून पाटील येत होते. त्यांनी महारीणीच्या डोक्याकडं पाहिलं. महारीणीला वाटलं, पाटील आपल्यावर फिदा आहे. महारीण खूष झाली. ती संध्याकाळी घरी गेली नाही. ती पाटलाच्या वाड्यावर गेली. तिनं पाटलाला हाक मारली. पाटलीण बाहेर आली. तिनं महारीणीला घरातलं मुसरं वाढलं. महारीण मुसरं खाऊन वाड्यापुढेच झोपली. तिला वाटलं, रात्री पाटील येईल. हात धरेल. उठवेल. महारीण झोपली होती. केसाला लावलेल्या चरबीचा वास पसरला होता. पाटलाचे कुत्रे हळूच तिच्याजवळ आले. तिच्या केसांना धरून ओढू लागले. महारीणीला जाग आली. ती खडबडून जागी झाली. ती उठत म्हणाली, 'सोडा पाटील, मी तर त्यासाठीच आलेय."*

मसामाय ही गोष्ट सांगायची. हसायची. आम्हीही हसायचो.

सकाळची शाळा सुटली होती. मी मसामायच्या डोक्यातील उवा मारायचो. मसामाय नागीच्या डोक्यातील उवा काढायची. भीक मागायला कोणी आलं की भीक वाढण्यासाठी मला उठावं लागायचं. मी ओंजळ भरून पीठ वाढायचो. मसामाय ओरडायची. 'थोड वाढत जा.' मी जेव्हा आर्धी ओंजळ पीठ वाढायचो. तेव्हा संतामाय ओरडायची. 'ओंजळ भरून वाढत जा. नाहीतर मरताना अर्धा जीव जातो. अर्धा जीव रहातो.' भिकारी आले की मसामाय त्यांना पिटाळून लावायची. 'कित्ती जणांना वाढावं?' म्हणून शिव्या द्यायची. भिकाऱ्यांना सांगायची, 'वाढायचं नाही.' मी एकदा मसामायला विचारलं, 'वाढायचं नाही' म्हणजे काय?' ती म्हणाली, 'मासिक पाळी आल्यावर भीक वाढायची नसते.' मला मासिक पाळी म्हणजे काही कळलं नाही. मी गप्प बसलो.

दारावर भीक मागायला गंगू वैदिण आली. मसामायनं तिला ओळखलं. जवळ बसवून घेतलं. मला तिची ओळख करून दिली. 'ही गंगू वैदिण. लहानपणी तुला उचलून घेऊन जायची. भीक मागण्यासाठी. तुला दारोदार दाखवून भीक मागायची.' मी गंगू वैदिणीकडं पाहिलं. ती हसत होती. तिनं माझ्या पाठीवरून हात फिरवला. 'मोठा झालाय. येणार का तुझ्या बापाकडं? चल घेऊन जाते'. मी गप्प बसलो.

मसामाय पुन्हा गरोदर होती.

बुधवार आमच्या गावाचा बाजार. बुधवारी संतामाय लवकर उठायची. बाजाराची जागा झाडायला जायची. गावाच्या बाहेर बाजार भरायचा. संतामाय झाडून कचऱ्याचे ढीग घालायची. मी कचरा टोपल्यात भरायचो. संतामाय कचरा सरपंचाच्या उकिरड्यात नेऊन टाकायची. बाजाराची जागा झाडायची आणि बाजार उकळून घ्यायचा अशी पद्धत होती. ग्रामपंचायतीचा पगार नव्हता.

संतामाय सकाळी बाजार झाडून यायची. दुपारी चटणी भाकर खायची. बाजाराच्या दिवशी बुऱ्हाणपूरहून खाटीक यायचा. दुपारी मटण घेऊन संध्याकाळी मटणाचा बेत व्हायचा. दर बुधवारी सर्वांच्या चुलीवर मटण शिजायचं. महारवाडा दुपारपर्यंतच कामाला जायचा. दुपारी सर्वजण कामावरून यायचे. बाजार करायचे. मी बाजारात फेरफटका मारायचो. बाजाराच्या दिवशी मी कपडे धुवायचो. धुतलेले कपडे घालून मी बाजारातून फिरायचो. बाजारासाठी आजूबाजूच्या गावची माणसं आमच्या गावाला यायची. त्यामुळं गावाला यात्रेचं स्वरूप यायचं. बाजारासाठी ठिकठिकाणाहून व्यापारी यायचे. मिठाईवाले, कपडे विकणारे, भाजीपाला विकणारे,

लहान मुलांची खेळणी विकणारे, अनेक प्रकारची माणसं यायची. गाव फुलून यायचा.

शेवंता बाजारात गेली की मी ही बाजारात जायचो. ढगाढगांतून चंद्र दिसावा, तसा तिचा चेहरा गर्दीतून दिसायचा. ती बाजारातून फिरायची. मी तिच्यामागून. तिनं मला रिबीन घ्यायला सांगितली. मी घेतली. काळ्या रंगाची. तिनं म्हटलं, 'आमच्यात काळा रंग वापरत नाहीत.' मग मी ती रिबीन नागीला दिली.

शेवंताची मैत्रीण राही. माझ्यावर मरायची. राही शेवंताबरोबर असायची. तिला आमचं प्रेम माहीत होतं. ती शेवंतावर जळायची. त्या दिवशी शेवंता व राही एकत्र बसल्या होत्या. मी मात्र मोहित होऊन शेवंताकडं पाहात होतो. राही बेचैन झालेली. तिनं माझ्या चेहऱ्यावर ओंजळीनं माती उधळली. दोन्ही डोळ्यात माती गेली. आग पडली. राही पळून गेली.

बुधवारी दुपारी संतामाय बाजार उकळण्यासाठी निघायची. मी पिशव्या घेऊन तिच्यामागे फिरायचो. ती प्रत्येक व्यापाऱ्यापुढे जाऊन उभी राहायची. आणि 'बाजार द्या' म्हणायची. प्रत्येकजण दहा नये पैसे द्यायचा. काहीजण भांडायचे. 'ग्रामपंचायत पगार देत नाही का? आम्ही पैसे देणार नाही. आमची जागा आम्ही झाडू.' संतामायही भांडायची. पैसे घेतल्याशिवाय हलायची नाही. भाजीवाले भाजी देत. मिठाईवाले मिठाई देत. फळवाले फळं देत. भाजीपाल्यानं पिशव्या भरल्या की मी घरी घेऊन यायचो. पिशव्या खाली करायचो. पुन्हा बाजारात जायचो. एकेका माणसाकडं दोन दोन वेळा मागायला जावं लागायचं. प्रत्येकजण 'नंतर ये' म्हणून पिटाळायचा. कांदे, मिरची, नासकी केळं, भाजीपाला, पेरू, मिठाई आणि पैसे मिळाल्यामुळे बुधवार आनंदात जायचा.

बुधवारी दारू पिणाऱ्यांची संख्या वाढायची. काही परगावचे लोकही दारू पियाला यायचे. ह्या दिवशी दादा जास्त दारू पियाचा. संतामाय आणि दादाचं भांडणं व्हायचं. दादा पिला की संतामायला विचारायचा, 'आज इमाम आला होता का?' संतामाय इमामचं नाव ऐकली की चिडायची. भांडण जास्त चिघळायचं.

मी जन्मलो नव्हतो तेव्हाची ही गोष्ट.

चांदण्या रात्री संतामाय नदीत लुगडं धुवत होती. आणि तिथं इमाम आला होता. दोघे बोलताना दादानं पाहिलं होतं. तेव्हा पासून दादा पिला की भांडायचा. 'इमाम आला होता का?' म्हणून विचारायचा. संतामाय रडायची. शिव्या द्यायची. दोघांच्या भांडणात माझा कोंडमारा व्हायचा.

बाजारात एका कोपऱ्यात न्हावी बसलेला असायचा. त्याच्यापुढे भरपूर गिऱ्हाईक असायचे. मीही केस कापण्यासाठी न्हाव्याकडे गेलो. न्हावी माझ्यावर चिडला, 'तू इथं थांबू नकोस. मी तुझे केस कापणार नाही.' त्याने मला डाफरले.

माझ्याजवळ परगावचे गिऱ्हाईक बसले होते. त्याला माझी दया आली. त्याने मला रांगेत बस म्हणून सुचवले. तसा न्हावी खवळला. 'जाऊ द्या त्याला. महार आहे.' न्हाव्याचा आवाज वस्तऱ्यासारखा धारदार झाला होता. मी तिथून निघून आलो. पण चुंगीच्या दत्तू मामाचा मुलगा अरुण मात्र त्याच न्हाव्याकडून केस कापून घेत होता. तो परगावचा असल्याने त्याची जात न्हाव्याला माहीत नव्हती. आम्हीही आमचे केस कापण्यासाठी परगावी जायचो. तिथं आम्हाला कोणी ओळखायचं नाही.

मसामाय बाळंत झाली. मुलगीच झाली. तिचं नाव सुनंदा ठेवलं. मी तिला 'सुनी' म्हणायचो.

निवडणुका झाल्या आणि शामू भरमशट्टीची पार्टी निवडून आली. शामू भरमशट्टीनं दादाला कामावरून काढून टाकलं. दादाच्या ठिकाणी महाराच्या जयरामला ठेवलं. दादा पोट भरण्यासाठी हमाली करू लागला. संतामायचं बाजार झाडण्याचं काम बंद झालं. हे काम महाराची सोना करू लागली. संतामाय घरी बसून होती. अधून मधून बाळंतपण करायला जायची. दर मंगळवार आणि शुक्रवार जोगवा मागून आणायची.

संतामाय जोगवा मागून आली की मी तिच्याजवळ जायचो. परडीत पीठ, मीठ, ज्वारी, भाकरीचे तुकडे वाढलेले असायचे. काही वेळा पैसेही टाकलेले असायचे. संतामाय पीठ चाळून पीठाच्या डब्यात भरायची. ज्वारी बाजूला ठेवायची. भाकरीचे तुकडे वेगळे काढायची. गरम असतील तर मी पटापट खाऊन टाकायचो.

दादा हमाली करायचा. बसची पाटी बदलायचा. बसमध्ये पाणी घालायचा. बस झाडायचा. बसचे पडदे गुंडाळायचा. रात्री शेवटची बस यायची. दादा ड्रायव्हर कंडक्टरला दारू आणून द्यायचा. अंडी भाजून द्यायचा. त्यालाही थोडी दारू मिळायची.

तासाला एक बस यायची. दादा हमालीची वाट बघत बसायचा. खेड्यात किती हमाली होणार? दिवसाकाठी रुपया दीड रुपया मिळायचा. नगाला दहा पैसे मिळायचे. दहा पैशानं दिवस मोजायचो.

दादा आणि संतामाय दिवसभर बस स्टँडवर असायचे. मी घरात. नागीबरोबर खेळायचो. काका घरी आला की मी आणि नागी काकाभोवती घुटमळायचो. मी काकाजवळ असणं मसामायला आवडायचं नाही. एक दिवस मसामायनं मला खूप मारलं. विनाकारण.

संध्याकाळी संतामाय आली. माझ्या अंगावर वळा उठल्या होत्या. डोळे रडून लाल झाले होते. संतामायनं माझा कैवार घेतला. संतामाय आणि मसामायचं खूप भांडणं झालं. 'तुला शरणू नको असेल तर तसं सांग. मी त्याला घेऊन कोठेही

जाईन. तू राहा ह्या घरात पाटलाला घेऊन.' मला त्यांच्या भांडणांमुळं रडू येऊ लागलं. मसामाय मला शिव्या देत होती. मारण्यासाठी अंगावर येत होती. मी संतामायच्या पाठीमागं लपत होतो.

संतामायनं घरातली भांडी बांधली. सामान घेतलं आणि मला घेऊन घराबाहेर पडली. संतामाय जाईल तिकडं मी जात होतो. संतामाय मला कुठं नेत होती हे कळत नव्हतं. मी आपलं जनावराच्या वासरासारखं तिच्याबरोबर चाललो होतो.

उद्या मी कोणाबरोबर खेळणार?

संतामाय रस्त्यानं जाताना मसामायला शिव्या देत होती. आम्ही गावाबाहेर आलो. मैदानात. बस स्टँडमागे. संतामायनं तीन दगडांची चूल रचली. आम्ही मैदानात उघड्यावर राहू लागलो. संतामायनं बाजाराच्या दिवशी लाकडाची पेटी घेतली. आमचं सर्व सामान एका पेटीत मावायचं. संतामाय उघड्यावर स्वयंपाक करायची. वारं सुटलं की सगळा जाळ चुलीबाहेर जायचा. संतामाय वैतागायची. मी वारं अडवण्यासाठी चुलीभोवताली बसायचो.

लाकडाच्या पेटीत जेवण ठेवलेलं असायचं. ह्या पेटीत झुरळं आणि ढेकणं व्हायची. कालवणाच्या गाडग्यात झुरळं पडायची. झुरळं काढून कालवण खायचो. संतामाय म्हणायची 'आपण गाय बैल खातो. झुरळानं काय होतंय?' पेटी उन्हात ठेवून झुरळं आणि ढेकणं मारायचो. पण झुरळं कधीच संपली नाहीत.

पावसाळा जवळ येत होता. संतामायनं महारवाड्यातील घरावरचे पत्रे काढून आणले. गावाबाहेर पाच पत्रे टाकले. पत्र्यांना भोकं पडलेली. त्यातून उन्हाचे झरोके यायचे. पावसाळ्यात घर गळायचं. जिथं पाणी ठिबकायचं तिथं भांडी ठेवायचो. भिंतीतून पाणी गळू लागलं की त्या ठिकाणी घरात उकरून पाणी आडवायचो. सर्व घर ओलं व्हायचं. संतामाय चिडायची. अंगणात विस्तव फेकायची. 'पावसाला भाजलं की पाऊस पडत नाही' म्हणायची.

गावात दिव्याच्या ऐवजी गॅसबत्ती आल्या. चावडीपुढे चार पाच टीपे रॉकेल भरून ठेवलेलं असायचं. पाच पंचवीस गॅसबत्ती चावडीत ठेवलेल्या असायच्या. संध्याकाळी गॅस बत्तीचं काचं पुसणं, त्यात रॉकेल भरणं, हवा मारणं, गॅस बत्ती पेटवणं आणि गावातील खांबांवर नेऊन टांगणं अशी कामं जयराम करत होता. एक दिवस त्याने दारूच्या नशेत खूप हवा मारली आणि गॅसबत्तीचा स्फोट झाला. जयराम पूर्ण पेटला. चावडीपुढे जीव वाचवण्यासाठी धावू लागला. ओरडू लागला. अखेर जयराम जमिनीवर कोसळला. मेला. लोकांनी त्याच्या अंगावर पाणी ओतलं. पोट फाडण्यासाठी प्रेत अक्कलकोटला नेलं.

दुसऱ्या दिवशी प्रेत आणले. बस स्टँडजवळ ठेवले. बस स्टँडवर प्रेत

बघण्यासाठी खूप गर्दी झाली होती. महारवाड्यातून महार आले. त्यांनी जयरामचं प्रेत नेलं.

संतामाय म्हणायची, 'बरं झालं. ग्राम पंचायतीचं काम सुटलं. नाही तर महामूद जळाला असता.'

काशिनाथनं बस स्टँडमध्ये कँटीन सुरू केलं. तो पहाटे येऊन हॉटेल चालू करायचा. रात्री मुक्कामाची गाडी आली की हॉटेल बंद करून घरी जायचा. दिवसभर हॉटेलमध्ये रेडिओ सुरू असायचा. मी दिवसभर बस स्टँडमध्ये बसून राहायचो. सोमवारी अक्कलकोटचा बाजार असल्याने बस स्टँडमध्ये प्रवाशांची गर्दी व्हायची. प्रवाशांची गर्दी झाली की काशिनाथ मला हुसकावयचा.

ड्रायव्हर कंडक्टर जेवण करून बसमध्ये झोपायचे. उन्हाळ्यात ते बसवर झोपत. आम्ही बस स्टँडमध्ये झोपायचो. सकाळी मी लवकर उठायचा नाही. कंडक्टर येऊन मला शिव्या द्यायचा. मग मी बस स्टँडमागे जाऊन झोपायचो. संतामाय अंथरूणाच्या घड्या करून बाकड्याखाली ठेवायची. रात्री बाहेर काढून अंथरायची. एकदा एका ड्रायव्हरने बाकड्याखालील वाकळा सडकेवर फेकल्या होत्या.

दादा हॉटेलसाठी घागरीनं पाणी आणायचा. दादानं आणलेलं पाणी गाववाल्यांना चालायचं; कारण दादा मुसलमान होता. संतामायनं आणलेलं पाणी चालायचं नाही. कारण संतामाय महार होती. संतामाय बस स्टँड झाडायची. तिला फुकट चहा मिळायचा. अर्धा ती पियाची. अर्धा मला द्यायची. सकाळी पहिल्या बसने काही वर्तमान पत्रे यायची. दादा गावात जाऊन वर्तमानपत्रे टाकायचा. आमच्या गावातील काही मुलं अक्कलकोटला शिकायला होती. बसमध्ये त्यांच्या जेवणाची डबे ठेवणे, परत आलेले रिकामे डबे त्यांच्या घरी नेऊन देणे अशी कामंही दादा करायचा. अख्खा गाव दादा आणि संतामायला ओळखायचा. मला महार संताचा नातू म्हणून कोणीही ओळखायचा.

पावसाळ्यात बस स्टँड खूप भयावह वाटे. गाव अंधारात बुडालेला आणि पावसाची रिपरीप सुरू झालेली. वीज कडाडली की पावसात भिजणारा गाव दिसायचा. दादा, मी आणि संतामाय वाकळा पांघरून बाकड्यावर बसायचो. गावात कोणाची तरी भिंत ढासळल्याचा आवाज यायचा. आभाळ गर्जायचं. थंड वाऱ्यामुळं अंगावर शहारे यायचे. पावसामुळे रात्र अंगात आलेल्या बाईसारखी वाटायची. जयराम भिजून अडोशाला बस स्टँड मध्ये येईल म्हणून मला भिती वाटायची. दादा बिडी ओढत बसायचा. संतामाय तंबाखू खात बसायची. मला बाकड्याखाली एका कोपऱ्यात झोपवायचे.

दादा एकटा हमाली करणारा. सोमवारी अक्कलकोटचा बाजार. त्यामुळे हमाली चांगली व्हायची. बुधवारपर्यंत दिवस चांगले जायचे. बुधवारी हन्नूरचा बाजार. त्यादिवशीही हमाली चांगली व्हायची. त्यामुळं गुरुवार, शुक्रवार बरे जायचे. शनिवार, रविवार मात्र जड जायचे. ह्या दिवशी हमाली व्हायची नाही. दादा झोपेत बडबडायचा. लोकांचं नाव घेऊन हमाली मागायचा. मला बसची पाटी बदल म्हणायचा. दादानं मला मोटारीची पाटी बदलायला सांगितलं की आनंद व्हायचा. मी ड्रायव्हरच्या केबिनमध्ये जायचो. पाटी बदलायचो. बसमधून उतरताना ड्रायव्हरच्या सीटवर बसायचो. मोटार येत असताना मी सडकेवर उभा राहायचो. ड्रायव्हरला नमस्कार करायचो. ड्रायव्हरनं नमस्कार केला की आनंद व्हायचा. नाही केला तर राग यायचा. दादा लोकांकडून मागून बिडी ओढायचा. संतामाय लोकांकडून मागून तंबाखू खायची. दादाला कोणी चहा पाजला तर अर्धा कप आपण प्यायचा. अर्धा मला आणून द्यायचा. मसामाय, चंदामाय कधी कधी संतामायला भेटायला यायच्या. संतामाय त्यांना चहा पाजवायची. संतामायही महारवाड्यात जाऊन लोकांना बोलून यायची. मी ही महारवाड्यात जाऊ लागलो. खेळू लागलो. दिवसभर महारवाडा ते बस स्टँड सतरा चकरा व्हायच्या.

बुधवारी दादा मला दहा पैसे खायला द्यायचा. नागी, निरमी यायच्या. त्यांनाही दादा पैसे द्यायचा. मी दिवसभर मुठीत दहा पैसे घेऊन फिरायचो. बाजार मोडायच्या वेळी पेढा घ्यायचो आणि मसामायला नेऊन द्यायचो. मसामाय थोडं खायची. थोडं नागी, निरमीला द्यायची. बाकीचं मला द्यायची.

येणारी प्रत्येक बस आमचं पोट घेऊन यायची. भाकर देऊन जायची. बुऱ्हाणपूरच्या माळावर धूरळा दिसला की आनंद व्हायचा. धूरळा उडवत बस यायची. बस येईल, हमाली होईल, दादा चहा पाजेल म्हणून मन उड्या मारायचं. बस रिकाम्या यायच्या. रिकाम्या जायचा. बस आली की दादा बसचे दार उघडून दारात उभा राहायचा, 'हमाली आहे का?' म्हणून ओरडायचा. लोक गाठोडे उचलू द्यायचे नाहीत. आमचं ओझं आम्ही उचलू म्हणायचे. भांडण जुंपायचं. संतामायही भांडणात भाग घ्यायची. मग लोक हमाली द्यायचे.

दादा, मी आणि संतामाय जेवण करत होतो. सायकलीवर कोणी तरी आलं. आणि 'संतामायचा नवरा मेला' म्हणून सांगितलं. संतामाय रडू लागली. आम्ही जेवण बंद केलं. दादा उसने पैसे आणण्यासाठी गावात गेला. मी मसामायकडं गेलो. मसामायला सांगितलं. मसामाय बस स्टँडवर आली. मसामाय आणि संतामाय रडू लागल्या. चंदामायही आली. थोड्या वेळानं दादा आला. संतामायला पैसे दिला. संतामाय नवऱ्याला माती द्यायला गेली.

संध्याकाळी दादानं तांदूळ आणलं. तांदूळ नीट केलं. आम्ही दोघांनी भात शिजवला. खाल्ला. त्या दिवशी दादानं दारू पिली नाही. मी दादाजवळ झोपलो. संतामाय रात्री आली नाही. दादा मला बापासारखा वाटला.

संतामाय तिसऱ्या दिवशी आली. संतामाय मोटारीतून उतरल्या उतरल्या दादानं चहा आणून दिला. संतामायनं येताना आपल्या नवऱ्याच्या मुलाला आणलं होतं. त्याचं नाव बसू होतं. बसू मामा हा संतामायच्या सवतीचा मुलगा होता. बसू मामा मसामायकडं गेला. तो मसामायचा भाऊ. त्यांचा बाप एक. आई दोघी. मसामाय पहिल्या बायकोची. बसू दुसऱ्या. संतामायनं दादाला समजावून सांगितलं, 'बसू जाईपर्यंत तू घरी येऊ नको.' दादाही दिवसभर बस स्टँडमध्येच बसायचा. बसू गावात गेला की हळूच यायचा. जेवण करून जायचा. त्याची अवस्था चोरासारखी झाली होती.

दादा जेवत असताना एकदम बसू आला. दादा गडबडून गेला. बसूनं विचारलं, 'हा माणूस कोण आह?' संतामायनं सांगितलं, 'हा परदेशी आहे. ह्याला कोणी नाही. हमाली करतोय. आमच्या घरीच जेवतोय. रात्री बस स्टँडमध्ये झोपतोय' दादा अर्धवट जेवला. निघून गेला.

श्रावण सुरू झाला. विठ्ठल मंदिरात यंदा 'हरिविजय' ही पोथी लावली होती. श्रीकृष्णाची हूड रूपं ऐकण्यासाठी मी नित्यनेमाने मंदिरात जायचो. बाळाराम, दशरथ पोथी ऐकायला जायचे. ते गावकऱ्यांच्या जोड्यांजवळ बसून पोथी ऐकत. मीही त्यांच्या जवळ बसायचो. एक दोन दिवसानंतर मी जोड्याजवळ बसायचे सोडले आणि गावकऱ्यात बसू लागलो. लोकांचं लक्ष पोथीत असायचं. माझं साहस मी परशूराम, मारुती आणि उमरावला सांगायचो. त्यांना हे खोटं वाटायचं.

त्यादिवशी उमराव माझ्याबरोबर पोथी ऐकायला आला. तोही माझ्याबरोबर मंदिरात येऊन बसला. उमरावचा वडिल बाळाराम उठून घरी गेला.

मी आणि उमराव पोथी संपल्यानंतर घरी आलो. बाळारामनं उमरावला खूप बदडलं. 'उमऱ्या, तू पायरी सोडून वागतोस काय? ह्या गावात मला राहायचंय. गाव माझ्या तोंडात गू घालेल. ह्या वयात उद्धटासारखा वागू नकोस. आजवर आम्ही गावाची थुंकी झेलली आहे. आम्ही गावाविरुद्ध वागलो नाही.' बाळाराम आमच्या घरी आला. तो संतापाने लालबुंद झाला होता.

'मसाई, तुझ्या पोराला समजावून सांग. तो आमच्या मुलांना भडकावतोय. त्यानं माझ्या पोराला मंदिरात नेलं होतं. गावकऱ्यांनी ओळखलं असतं तर त्यांना तिथंच चिरडून मारलं असतं.' मसामायनं बाळारामचं ऐकून घेतलं नाही. 'जाऊ दे मंदिरात. होईल ते होईल. मी त्याला मोकळं सोडलंय. तुम्ही तुमच्या मुलाला बांधून

घाला.' बाळाराम चरफडत निघून गेला.

हे वयच असं होतं. खोटं बोलण्याचं. चोरी करण्याचं. मारामारी करण्याचं. संकटांना निमंत्रण देण्याचं. हे वयच असं होतं, एखादी गोष्ट करू नको म्हटलं की ते करण्याचं. प्रत्येक संकेत ऊधळून लावण्याचं. साहस करण्याचं. नवे अनुभव घेण्याचं. मी काकाचं अनुकरण करायचो. दारू पियाचो. गांजा ओढायचो. बिड्या ओढायचो. काकानं चार रांडा केल्या असतील तर आपण पाच करु. एखादी तरी सवर्ण असेल.

मी आणि धोंडीराम बिडी ओढताना बाळारामनं पाहिलं. त्याने मला पकडलं. दोन चापट्या मारल्या आणि ओढत घरी आणलं. मसामायपुढं उभं केलं, 'पाटलीण, तुमचा मुलगा बिड्या ओढतोय. त्याला सांगा' मसामायनं मला जवळ बोलावलं. मी भित भित जवळ गेलो. तिनं बाळारामला सुनावलं, 'माझा मुलगा काही करू दे. त्याला पुन्हा एकदा हात लावू नका.' मी गोंधळून गेलो. बाळारामचं काहीच चुकलं नव्हतं. मसामायनं मला रागवयाला हवं होतं. बाळाराम मुकाट्यानं निघून गेला. आईनं त्याचा अपमान केला ह्याचा मला आनंद झाला होता.

काका गांजा ओढू लागले की मला गांजा ओढायला देत. 'ओढ, माझ्यापुढं ओढ. चोरून ओढू नकोस.' मीही चिलीम घ्यायचो. मस्त झुरका मारायचो. मसामाय दिलखुलास हसायची. संतामाय मला शिव्या द्यायची. मी ऐकायचो नाही. गांजा ओढायचो. काका नेहमीच एक गोष्ट सांगायचे,

*"एक मुलगा होता. त्याला चोरून बिड्या ओढण्याची सवय होती. एकदा तो बिडी ओढत असताना त्याचे वडील अचानक आले. त्याने वडिलांना पाहून हातातली बिडी आपल्या छप्परावर टाकली. छप्पर पेटले आणि घर जळून खाक झाले."*

काका मला उद्देशून म्हणायचे, 'माणसाने कुठलीही गोष्ट चोरून करू नये'

शनिवार, रविवार आम्ही गावी यायचो. परत सोमवारी चपळगावला जायचो. गावी आलो की आम्ही गावात ताठ मानेनं फिरायचो. अस्पृश्यतेची चीड यायची. शिक्षणामुळं स्वाभिमान उफाळून यायचा. गावाविषयी प्रेम वाटायचं नाही. वाटायची भिती. दडपण.

गावात शिवाजीचं हॉटेल होतं. तिथं अस्पृश्यांसाठी वेगळी कपबशी ठेवली होती. मी अनेकवेळा ती कपबशी पाहात होतो. प्रल्हाद तिथं जायचा. बाहेरच्या कपबशीतून चहा पियाचा. मी अस्वस्थ होत होतो. प्रल्हाद म्हणायचा, 'आपली जातच हलकी. आपल्या पूर्वजांपासून चालत आलं आहे. त्याला आपण विरोध

कसा करणार? गावात राहायचंय. गावाविरूद्ध वागून कसं चालेल?'कसा करणार? गावात राहायचंय. गावाविरूद्ध वागून कसं चालेल?'

माझ्या मनात संतापाने पेट घ्यायचा. आपल्याला कधी तरी गावाविरुद्ध लढावंच लागणार. कित्ती दिवस असे मुके राहणार आहोत? केव्हा तरी हे नाकारलं पाहिजे. मला प्रत्येक संघर्ष सुंदर दिसत होता.

मी आणि परशूरामनं शिवाजीवर खटला करायचं ठरवलं. पण शिवाजीच्या हॉटेलात जाऊन चहा पियाला पैसे नव्हते. मी दादाकडे गेलो. रविवार असल्यानं हमाली नव्हती. दादाकडे दहाच पैसे होते. ते त्यांनी बिडीसाठी जपून ठेवले होते. मी हट्ट धरला आणि दादाकडून दहा पैसे मिळवले. मी आणि परशूराम शिवाजीच्या हॉटेलकडे निघालो.

शिवाजीनं वरून पाणी वाढलं. परशूरामनं आमच्यासाठी वेगळी ठेवलेली कपबशी धुवून घेतली. मी जमिनीवर पैसे ठेवले. शिवाजीनं वरून चहा ओतला. आम्ही चहानं भरलेली कपबशी घेऊन सरळ पोलिस चौकी गाठली. पोलिस चौकी हॉटेलला लागूनच होती. हवालदार तंबाखू खात होता. चौकीत जाण्याची आमची पहिलीच वेळ. आम्ही चौकीच्या दारात उभे होतो. परशुरामनं हवालदारकडं पाहात म्हटलं, 'मे आय कमींइन सर' मी परशूराममागं थरथरत उभा होतो. हवालदार आमच्याकडे वैतागून पहात होता.

मी आणि परशूराम आत घुसलो. परशूराम बोलू लागला, 'आम्ही हरिजन आहोत. शिवाजीच्या हॉटेलात चहा पियाला गेलो होतो. त्याने आमच्यासाठी वेगळी कपबशी ठेवली आहे. ती आम्ही पुरावा म्हणून घेऊन आलोय. आम्हाला शिवाजीवर केस करायची आहे.' हवालदार चिडला. मला घाम फुटला होता. मी धीर सोडला नाही. मी ही हवालदारला सुनावलं, 'आम्ही पंतप्रधान, राष्ट्रपतीकडं अर्ज करणार आहोत.' हवालदार थोडा शांत झाला. त्याने आम्हाला बसवून घेतले. हवालदारची शिवाजीच्या हॉटेलात ऊधारी होती. हवालदार आम्हाला डाफरत होता. 'तुम्हाला आत करेन' म्हणत होता. 'आम्हालाही अटक करा आणि शिवाजीलाही अटक करा' मी रडवेला झालो होतो. परशूराम पळ काढण्याच्या बेतात आला होता. हवालदाराने शिवाजीला बोलावून घेतले. शिवाजी चौकीत येणार म्हणताना माझे धाबे दणाणले होते.

हवालदाराने शिवाजीला सर्व केस सांगितली. शिवाजी चिडला. 'आज वीस वर्षे झाली. सर्व महारं मुकाट्यानं चहा पितात. ह्यानाच काय झालंय? ह्यांना हॉटेलात घेतलं तर माझं गिऱ्हाईक तुटेल.' हवालदारनं शिवाजीला दम भरला. शिवाजीनं चौकीत चहा मागविला. हवालदार, मी आणि परशूराम चांगल्या कपबशीतून

फुकट चहा पिलो. शिवाजी जाता जाता आम्हाला डाफरला, 'तुम्ही घरी या. माझ्या ताटात जेवू घालतो.'

आम्ही चौकीबाहेर पडलो. झालं गेलं विसरून.

आम्ही महारवाड्यात येईपर्यंत सर्वांना कळलं होतं. प्रत्येकजण 'काय झालं?' म्हणून चौकशी करत होता. हवालदारानं काकाला बोलावून घेतलं, 'तुमचा मुलगा शिवाजीविरुद्ध चौकीत तक्रार घेऊन आला होता.' काका खवळला. माझा शोध घेत बस स्टँडवर आला. मी संतामायजवळ बसलो होतो, 'शरण्या कुणावर केस करतोस? तुला काय करायचं होतं? तुझं डोकं सापासारखं ठेचून काढेन' काका संतापाने फणफणला होता. संतामाय घाबरली होती. मी शांतपणे काकाचं ऐकून घेत होतो.

संतामाय गंभीर झाली होती. काका शिव्या देऊन निघून गेला. संतामाय मला समजावून सांगत होती. 'आता खूप बदललं आहे. पूर्वी महारांना खूप त्रास होता. गावात चोरी झाली, जनावर मेलं तरी महारानांच जबाबदार धरलं जायचं. गाव महारवाड्यावर बहिष्कार टाकायचा. महारांना गाव बंद करत. शेतात काम धंदा मिळत नसे. दुकानदार पैसा देऊनही अन्नधान्य देत नसत. महारांची नाकेबंदी व्हायची. गाव महारवाड्यावर बहिष्कार टाकी तेव्हा आमचा बाप गावकीची कामं करायचा. जनावर मेलं की एकटा ओढायचा. पड सोलायचा. फाडायचा. सर्वांच्या घरी टोपल्यानं मटण पोहचवायचा. महारांना गावातून अन्नधान्य आणून द्यायचा. आता तो काळ राहिला नाही.'

शेतकरी महारांना शेताच्या बांधावर फिरकू द्यायचे नाहीत. शेळ्या मेंढ्या घेऊन तरुण बायका रानात गेल्या की शेतकरी खवळायचे. 'आमच्या बांधावर येऊ नका. आमच्या जनावराला गवत पाहिजे. तुमची जात चोर. तुम्ही आमच्या शेतात यायचं नाही. तुमच्या शेळीनं आमचं पीक खाल्लं म्हणून शेतकरी तरूण बायकांचा छळ करत. बायकांना मारत. एखाद्या बाईला शेतात ओढून घेऊन जायचा.' संतामायचं बोलणं ऐकून मी अस्वस्थ व्हायचो. आमचा भूतकाळ अत्याचारानं व्यापला आहे. हे दुःख एकट्याचं नाही. एका दिवसाचं नाही. हे हजारो वर्षांचं दुःख आहे. हजारोंचं आहे.

माझे पूर्वज पाटलाच्या वाड्याची राखण करायचे. पाटील तालुक्याला गेल्यावर रात्रभर वाड्यावर पाहारा द्यायचे. पण त्यांच्या मनात एकदाही आलं नाही, पलंगावर झोपलेल्या पाटलीणीचं तोंड पाहावं. उलट त्यांनी आपल्या तरुण मुली रात्री बेरात्री ह्या वाड्याच्या अंधाराला डोळे झाकून अर्पण केल्या. ह्या वाड्याच्या मुसऱ्यावर जगण्यात धन्यता मानली. हा माझा इतिहास.

मला अमृतनाकाची कथा आठवते.

"अमृतनाक. महार सैनिक. बिदरच्या सुलतानाच्या पदरी नोकरी करत होता. बिदरचा सुलतान आपल्या कुटुंबासह वनात शिकारीला गेला होता. शत्रूनं अशावेळी त्याच्यावर हल्ला केला. सुलतानाची दाणादाण उडाली. सुलतानाच्या सुनेनं शत्रूच्या हाती पडू नये म्हणून एका घोड्यावर स्वार होऊन वाट फुटेल तिकडे ती गेली.

सुलतान परत राजधानीत आला. त्याला सुनेचा शोध घेता येईना. आपल्या सुनेचा शोध घेण्यासाठी त्यांनी आपल्या सैन्याला पाठवलं पण कोणालाच सुलतानाची सून सापडली नाही. शेवटी सुलतानाने ही जबाबदारी शूर अमृतनाकावर सोपवली. अमृतनाकाने हे आव्हान स्विकारले.

अमृतनाक सुलतानाच्या सुनेचा शोध घेण्यासाठी निघाला. निघण्यापूर्वी त्याने सुलतानाला एक लहान बंद पेटी दिली. 'मी तुमच्या सुनेला शोधून आणेन तेव्हा ही बंद पेटी मला परत द्या.' सुलतानाने अमृतनाकाची विनंती मान्य केली. अमृतनाक घोड्यावर स्वार झाला.

दोन महिने उलटले.

अमृतनाकाने सुलतानाच्या सुनेला शोधले. तिला घेऊन तो राज दरबारात हजर झाला. तेव्हा राज दरबारातील अनेकांनी अमृतनाकावर संशय घेतला. 'दोन महिन्यात एकदा तरी अमृतनाकाने सुलतानाच्या सुनेबरोबर संग केला असणार' सुलतानालाही हा संशय आला. राजदरबाराच्या करड्या नजरा अमृतनाकावर तलवारीगत उगारल्या होत्या. सुलतान संशयाने पछाडला होता. अमृतकाने शांतपणे सुलतानाकडे जाताना दिलेली बंद पेटी मागितली. सुलतानाने अमृतनाकाला त्याने दिलेली बंद पेटी दिली.

अमृतनाकाने भर दरबारात ती बंद पेटी उघडली. त्या पेटीत अमृतनाकाचे शिस्न होते. जाताना त्याने कापून पेटीत ठेवले होते.

सुलतान अमृतनाकावर खूष झाला. त्याने अमृतनाकाची पाठ थोपटली. आणि त्याला बावन्न हक्काची सनद दिली.''

अमृतनाक माझा पुराण पुरुष
एकलव्य माझा पुराण पुरुष
शंबूक माझा पुराण पुरुष
शिस्न, अंगठा आणि शीर हिरावलेला मी
हे इतिहासा,

***अमृतनाक मला त्याचे शिस्न दे***
***एकलव्य मला त्याचा अंगठा दे***
***शंबुका मला त्याचे शीर दे***

दुष्काळ पडलेला. कोरडा. सरकारने दुष्काळी कामं काढलेली. सगळा गाव दुष्काळी कामावर जायचा. मी, नागी, संतामाय आणि दादा दुष्काळी कामावर जायचो. हमाली बंदच झाली होती. मसामाय घरीच राहायची. दुष्काळामुळं सर्वांच्या तोडंचं पाणी पळालं होतं. नदी आटली होती. विहीरी आटल्या होत्या. टँकरने पाणी पुरवठा होत होता. घराबाहेर न पडणाऱ्या बायकाही दुष्काळी कामावर येत होत्या. दुष्काळी कामावर पाण्याचा टँकर येई. दुपारी सुखडी येई.

मस्टरवर बोगस नावं लावलेली असायची. बोगस नावाचे पगार प्रत्येकजण वाटून घ्यायचा. काकाला पोलिस पाटील म्हणून त्यांचा हिस्सा मिळायचा. पगार घेण्यासाठी मजूरांच्या मोठ्या रांगा लागत. रात्री उशिरापर्यंत मजूर पगार उचलायचे.

एक दिवस दुष्काळी कामावर एक डॉक्टर आले. ते 'कुणाच्या अंगावर चट्टा आहे का?' अशी चौकशी करत होते. मी माझ्या दंडावरचा डाग दाखवला. त्यांनी तो पाहिला आणि काही गोळ्या दिल्या. डॉक्टर चौकशी करत पुढे गेले. डॉक्टरची बॅग धोंडिरामने घेतली होती. थोड्या वेळानं कुजबूज सुरू झाली. ते डॉक्टर महारोगाचे होते. लोक माझ्याकडे महारोगी म्हणून संशयाने पाहू लागले. मी हादरलो. डॉक्टर आठवड्यातून एकदा येऊ लागले. ज्यांच्या ज्यांच्या अंगावर डाग आहे त्यांना गोळ्या देऊ लागले. डॉक्टर येताना दिसले की मी गायब होऊ लागलो. महारोगाच्या भितीने मी कोसळलो होतो. आपली बोटं कधी सडणार म्हणून मी सतत हाताकडे पाहायचो. बोटं झडू लागली की आपण दूर निघून जाऊ. जिथं आपल्याला कोणी ओळखणार नाही, तिथं भीक मागून खाऊ, पण गावात राहायचं नाही. महारोगी दिसला की मी स्वत:ला त्याच्या रुपात पाहायचो. मुलंही माझी चेष्टा करायची. मला 'अक्करमाशी' म्हणून हिणवण्यापेक्षा 'महारोगी' म्हणण्यात त्यांना अधिक आनंद मिळे.

उन्हाळी सुट्टी संपली. शाळा सुरू झाली. आम्ही चपळगावच्या बोर्डिंगमध्ये दाखल झालो. दुष्काळामुळे बोर्डिंगमध्ये मिलोच्या भाकरी मिळायच्या. सुट्टीच्या दिवशी घरी जाणं सक्तीचं झालं. दुष्काळामुळं शिक्षणावरचं लक्ष उडालं. जनावरे मरत होती. पाणी मिळत नव्हतं. सर्वत्र धूरळा उडत होता. पुढं काय होणार ह्या प्रश्नानं सर्वांनाच व्याकूळ केलं होतं. लोक स्थलांतर करत होते. परशूराम, उमराव शाळा सोडून मुंबईला पळून गेले. मी आणि धोंडिराम अवस्थ झालो.

दुष्काळानं मला पूर्ण पोखरलं होतं. जोडीला महारोगाचं दुःख पाहुण्यासारखं आलं होतं. शाळेत मन रमायचं नाही. अभ्यासात लक्ष लागायचं नाही, वाटायचं, शिकून तर काय उपयोग? आपण महारोगीच होणार आहोत. मी माझा चट्टा लपवून ठेवायचो. कुणाला कळालं तर बोर्डिंगमधून हाकलून देतील म्हणून भिती वाटायची. माझ्या मनात दुःखाचे डोंगर साचत होते.

मी शाळेला जात होतो. रस्त्यात मला पॉकेट सापडले. मी ते चटकन उचलले. मी पॉकेट उचलताना पिरजादेनी पाहिलं होतं. तो मला चिकटला. मी पॉकेट उघडलं. त्यात नोटा होत्या. प्रथमच मी इतक्या नोटा पाहात होतो. पीरजादे म्हणाला 'आपण अक्कलकोटला जावू. सिनेमा पाहू. निम्मे निम्मे पैसे वाटून घेऊ.' पीरजादे मला मोहात पाडत होता. पण मी पिरजादेचं ऐकलं नाही.

शाळा सुरू होण्याअगोदर सामुदायिक प्रार्थना झाली. सर्व विद्यार्थी रांगेनं आपापल्या वर्गात जाऊ लागले. मी मुख्याध्यापकांच्या कार्यालयात घुसलो. माझी छाती धडधडत होती. मी मुख्याध्यापकांना पॉकेट दिले. त्यांनी माझी पाठ थोपटली. ध्वनिक्षेपकांवरून माझं जाहीर अभिनंदन करण्यात आले. दिवसभर सर्व शिक्षक माझं कौतुक करत होते.

मी शाळा बुडवून गावी निघालो होतो. गावाजवळ कोळ्याचे शेत होते. त्या शेतातूनच महारवाड्याकडे वाट फुटायची. मी कोळ्याच्या शेतातून जात होतो. कोळ्याची बायको डोक्यावर पाटी आणि कडेवर मूल घेऊन आली होती. तिने मला हाक मारली. मी गेलो. तिनं डोक्यावरची पाटी उतरण्यासाठी हात लाव म्हणून सांगितले. मी तिच्या डोक्यावरची पाटी खाली उतरली. कोळ्याने पाहिले. तो ओरडला, 'तो महार संताचा नातू आहे. त्याला का शिवून घेतलेस?' तसा मी पळत सुटलो. कोळ्याच्या बायकोने पायातली चप्पल माझ्या दिशेने भिरकावली होती. मी मागे न पाहता पळत होतो.

मसामाय म्हणायची, 'तू राजाचा मुलगा. महारात कशाला खेळतोस? गावातल्या मुलांबरोबर खेळत जा' मी म्हणायचो, 'गावातल्या मुलांच्या ओळखी नाहीत.' मसामाय म्हणायची, 'गावात जा. ओळखी करून घे.' मग गावात जायचो. फिरायचो. मारुतीच्या कट्ट्यावर जाऊन बसायचो. मला पाहून गावातली मुलं निघून जायची. मी मारूतीच्या कट्ट्यावर बसून नदीला जाणा-येणाऱ्या बायका पाहात बसायचो.

दुपारची वेळ होती. मी आणि धोंडिराम चिंचेच्या झाडाखाली खेळत होतो. धोंडिराम म्हणायचा, 'आपण धर्मशाळेत खेळू' मी म्हणायचो, 'मी धर्मशाळेत येणार नाही.' तोच गावातला गुंड गंगाराम माझ्याजवळ येऊन उभा राहिला. तो खूप

पिला होता. डोळे फाडून माझ्याकडे पाहात होता. करकरा दात खात होता. त्याचा तो अवतार पाहून मला भिती वाटली. मी खेळायचं सोडून उठलो. धोंडिराम पळून गेला. मी घराकडे निघालो. गंगाराम माझा पिच्छा करू लागला. मी घरी आलो. गंगाराम दारात उभा होता. मी मसामायला सांगितलं. काका घरीच होता. मसामायनं काकाला सांगितलं. काकानं गंगारामला महारवाड्याबाहेर घालवलं. काका परत आले. मसामायनं विचारलं. काका म्हणाले, 'शरण्या मोठा झालाय. तो गावातल्या बायकांना डोळे मारतो. गंगारामला कोणी तरी सांगितलं असणार. म्हणून तो आला होता.' मसामायनं सांगितलं. 'आता तू गावात जाऊ नकोस.' मी घाबरलो होतो.

नागी वयात येत होती. मसामाय नागीच्या लग्नाची काळजी करत होती. ह्या मुलींना कोण करून घेणार? ह्या अक्करमाशी मुली आहेत? ह्यांच्यासाठी सोयरिक पाहिली पाहिजे. आमच्या घरी दारू पिण्यासाठी अनेक माणसं यायची. मसामाय प्रत्येकाला सांगायची, 'तुमच्या गावाकडं कोणी रखेली आहे का? तिला मुलं आहेत का? तुम्ही जरा नजर ठेवा.' दारूडेही मोठमोठी आश्वासनं द्यायची. मसामाय त्यांना एकेक कप दारू फुकट द्यायची.

मला माझ्या बहिणींच्या लग्नाची चिंता वाटू लागली. मला कोणी मुलगी दिली नाही तर मी अविवाहित राहीन. वेश्येकडे जाईन. पण माझ्या बहिणींचं काय? त्यांना कोणाची तरी रखेली व्हावं लागेल! त्यांचं लग्न होणार नाही. माझं डोकं भणाणून उठायचं. निदान भावाबहिणीचं नातं नसतं तर एका बहिणीशी विवाह केला असता. माझ्या बहिणी मसामायसारख्याच सडणार का?

दुष्काळानं उग्र रूप धारण केलं होतं. मसामाय चहा पिऊन दिवस काढत होती. तशात ती गरोदर होती. काकाचा तीन महिन्यातून एकदा पगार व्हायचा. तो पण खूप कमी असायचा. पोटभर जेवण मिळायचं नाही. गावं ओस पडत होती. लोक हादरून गेले होते. विहीरी कोरड्या पडल्या होत्या. सर्वांच्या नजरा आभाळाकडे लागल्या होत्या. कोणी म्हणायचं, 'जगात पाप जास्त झालं म्हणून असे दिवस आले.' कोणी म्हणायचं, 'आता जग बुडी होईल.'

मी चिंचेच्या झाडाखाली बसलो होतो. मला बाळारामनं धर्मशाळेतून हाकलल्यापासून मी धर्मशाळेत जाणं बदं केलं होतं. हे परशूरामला माहीत नव्हतं. तो माझ्याकडं आला. त्यानं माझा हात धरला आणि मला धर्मशाळेत घेऊन गेला. 'चल. कोण अडवतंय मी बघतो. ही धर्मशाळा कोणाच्या बापाची नाही' मी परशूरामबरोबर धर्मशाळेत गेलो. त्यादिवसापासून मी पुन्हा धर्मशाळेत बसू उठू लागलो.

दरवर्षी आमच्या गावी आंबेडकर जयंती साजरी व्हायची. दुष्काळामुळं

गेल्यावर्षी आंबेडकर जयंती झाली नाही. आजूबाजूच्या गावातही जयंती झाली नाही. मी पुढाकार घेतला. काही होवो, ह्यावर्षी आंबेडकर जयंती करायची. मागं हटायचं नाही. आम्ही मुलं कामाला लागलो. दरवर्षी जयंतीचं काम करणारी मंडळी खचली होती. काहीजणांनी गाव सोडलं होतं. आम्ही उत्साहानं जयंतीसाठी झटत होतो. मसामायनंही मला धीर दिला. महारवाड्यातल्या लोकांनीही आम्हाला विरोध केला नाही.

आम्ही जयंतीची जय्यत तयारी केली. बाबासाहेबांची प्रतिमेची भव्य मिरवणूक गावातून काढली. मी प्रथमच बाबासाहेबांच्या प्रतिमेवर छत्री धरून उभा होतो. मिरवणूक जल्लोषात पुढे सरकत होती. बाळारामनं मला पाहिलं. मला त्याच्या कुत्सित नजरेची भिती वाटली. माझे हात थरथरत होते. 'मी अक्करमाशी आहे. मला बाबासाहेबांच्या प्रतिमेवर छत्री धरण्याचा अधिकार आहे?' मी डगमगलो होतो.

मिरवणूक चावडीपुढं आली. आम्ही वाजत गाजत पुढं जात होतो. शिवाजीच्या घरापुढं मिरवणूकीत अडथळा आला. गाववाल्यांनी मिरवणूक आडवली. काशिराम पुढं झाला. त्याने गाववाल्यापुढं हात जोडले. काशिरामच्या पडत्या भूमिकेमुळं गाववाले बाजूला झाले आणि मिरवणूक पुढे निघाली. मिरवणूक महारवाड्यात पोहचेपर्यंत माझ्या जीवात जीव नव्हता.

एका दारूड्याने नागीसाठी मागणे आणले. सोलापूरचे. मुलगा नागीपेक्षा मोठा होता. त्याची दोन लग्न होऊन मोडली होती. नागी त्याची तिसरी बायको होणार होती. कुमार त्याचं नाव. मसामायनं होकार दिला. ती म्हणायची, 'घरात कोण आहे इकडं तिकडं फिरून स्थळ बघायला? पाटील सकाळ संध्याकाळ दारूतचं बुडालेला असतो. त्याच्या तरी आपल्या जातीत कुठल्या ओळखी? गावाचा पोशिंदा आपल्या दारात येऊन पडलाय. तो परक्या जातीचा माणूस' मसामाय नैराश्यानं बोलायची. 'येईल त्याला मुली देऊन टाकायचं. त्यांच्या नशिबात असेल तसं होईल' मसामाय उद्वेगानं बोलायची. नागीचं लग्न ठरलं. लग्न हन्नूरात होणार होतं.

मसामायनं काशिरामच्या कानावर टाकलं. काकानंही काशिरामला बोलावून सांगितलं. सर्व महार एकत्र आले. चर्चा झाली. शेवटी जात पंचायत बसली. 'पाटलाच्या पोरीचं लग्न महारांनी कसं करायचं?' बाळारामनं आडवं लावलं होतं. संतामाय, चंदामाय आणि मसामाय दूर बसून जात पंचायतीचा निर्णय ऐकत होत्या. 'माझ्या मुलीला पदरात घ्या' म्हणून मसामायनं जात पंचायतीपुढं पदर पसरला. काकाही महाराच्या जात पंचायतीपुढं आले. प्रल्हाद उठून उभा राहिला, 'गावचे

पाटील आपल्या पंचायतीपुढे आले. ही पंचायत थांबवा. आम्ही मुलीचं लग्न करू. आम्हाला एक गोड जेवण आणि एक तिखट जेवण द्या.' प्रल्हादचं म्हणणं सर्वांनी उचलून धरलं. काकानी होकार दिला. जात पंचायत उठली. मसामायला खूप आनंद झाला होता.

नागीच्या लग्नाची तयारी सुरू झाली. काकानं सर्व गावाला जेवण दिलं. गावातील लोकांसाठी वेगळं अन्न शिजत होतं. महारवाड्यात वेगळं अन्न शिजत होतं. संपूर्ण गाव नागीच्या लग्नासाठी महारवाड्यात आला होता. नागीचं लग्न थाटामाटाने पार पडलं. नागी नवऱ्याबरोबर नांदायला जाताना काका रडला. मसामाय रडली. आम्ही रडलो.

काही दिवसानं मी सोलापूरला गेलो. सोलापूर पाहाण्याची खूप इच्छा होती. नागीची सासू केळी विकत होती. पण उधारी थकल्याने बागवानाने माल देणे बंद केले. कुमार दारू पियाचा. जुगार खेळायचा. रात्री उशीरा घरी यायचा. दिवसभर अनेक माणसं घरी येऊन त्याची चौकशी करायची. त्याने अनेकांकडून पैसे घेतलेले. देणेकरी तगादा लावत होते. नागीची सासू कुमारला शिव्या द्यायची. तो दोन दोन दिवस घरी फिरकायचा नाही.

नागीच्या सासूनं केळीचा धंदा सोडला आणि रद्दी वेचायला लागली. सकाळी पाठीवर पोतं टाकून रद्दी वेचायला जायची. मी आणि नागी घरी असायचो. नागी हन्नूरला पळून गेली. नागीच्या सासूनं मला घरात डांबलं. मीच नागीला पळवलं म्हणून शिव्या देऊ लागली. घरात जेवण नाही. मी उपाशी राहायचो. संध्याकाळी एक वेळ जेवण मिळायचं. कुमारही बेपत्ता झाला होता. मी ही नागीच्या सासूबरोबर रद्दी वेचायला जाऊ लागलो. मी कागदं गोळा करायचो. वाचायचो. नागीची सासू खवळायची, 'काय वाचतोस? इकडं आण' म्हणायची.

शहारात फिरून रद्दी वेचावी लागे. त्यामुळे मला शहर पाहण्याचा आनंद मिळत होता. पण उपाशी रहावं लागत होतं. एक दिवस पहाटे उठून नागीची सासू घरातून बाहेर पडली. ती परत आलीच नाही. तीही बेपत्ता झाली. कायमची. मी ही त्या झोपडीतून पळ काढला आणि गावी आलो.

मसामायला मुलगी झाली. तिचं नाव प्रमिला ठेवलं. मी तिला 'पमी' म्हणायचो.

दहावीचा निकाल लागला होता. मी आणि धोंडिराम दहावी पास झालो होतो. पुढच्या वर्षी अकरावीला प्रवेश घ्यायचा होता.

उन्हाळी सुट्टी सुरू झाली होती. रात्री आम्ही धर्मशाळेवर झोपत होतो. वृद्ध माणसं धर्मशाळेत झोपायची. तरुण माणसं धर्मशाळेपुढे झोपायची. गावात वीज

आली होती. धर्मशाळेपुढं वीजेचा खांब होता. त्यामुळे धर्मशाळेपुढं भरपूर प्रकाश पडायचा. एक खांब आमच्या घराजवळ होता. आमच्या अंगणातही भरपूर प्रकाश असायचा. वर निरभ्र निळं आकाश. असंख्य चांदण्या आणि चंद्र पाहात झोपायचो. वारा खट्याळपणे अंगावरचं पांघरूण उडवायचा. गावभर कुत्री भुंकायची. मला वाटायचं, मध्यरात्री आपण गावात जावं. हळूच रेणूच्या घरात घुसावं.

त्या रात्री धर्मशाळेपुढं कीर्तन सुरू झालं होतं. मी आणि धोंडिराम धर्मशाळेवर झोपलो होतो. कीर्तनकार रंगात येऊन कीर्तन करत होता. सर्व महारवाडा कीर्तन ऐकण्यासाठी धर्मशाळेपुढं जमला होता. कीर्तनकार बाळारामचा पाहुणा होता. मी आणि धोंडिराम धर्मशाळेवर बसून हिंदी चित्रपटाची गाणी म्हणत होतो. त्यामुळे लोक आमच्यावर चिडत होते. मला कीर्तनात व्यत्यय आणायचा होता. मी माझी भूमिका धोंडिरामला पटवून दिली होती. तो माझ्याशी सहमत झाला होता. माझं म्हणणं होतं. 'महारांनी हिंदू धर्माविषयी अभिमान का बाळगावा? हिंदू धर्मानं महारांना अस्पृश्य ठरवलं आहे. हिंदूंनी महारांचा छळ केला आहे. अशा हिंदू धर्माचं कीर्तन महारवाड्यात का व्हावं?' धोंडरामही माझ्याबरोबर कीर्तनात व्यत्यय आणत होता.

बाळाराम खूप चिडला होता. सर्व महार चिडले होते. त्यांना माझं वागणं खटकलं होतं. संपूर्ण महारवाडा प्रक्षुब्ध झाला होता. दिवसभर उलट-सुलट चर्चा होत होत्या. बाळाराम हातात कुऱ्हाड घेऊन फिरत होता. बापू सर्व महारांना एकत्र करत होता. प्रल्हाद माझ्या बेमूर्वत वागण्यावर टीका करत होता. हिरा आणि कमळा मला शिव्या देत होत्या. वातावरण तापलं होतं. धोंडिराम पळून गेला होता.

दुपारचं रणरणतं उन तळपत होतं. सूर्य माथ्यावर आला होता. अंगाची लाही लाही होत होती. सर्व महार धर्मशाळेत जमले होते. आज सर्वांनी काम बुडवलं होतं. स्त्रियाही जमल्या होत्या. मसामायनं सगळा प्रकार काकाला सांगितला होता. काका घरीच थांबला होता. मसामाय घाबरली होती.

थोड्या वेळानं आरडा-ओरडा सुरू झाला. मी घराबाहेर आलो. धर्मशाळेकडून सर्व महार प्रक्षुब्ध होऊन आमच्या घराकडं येताना दिसले. गोंधळ वाढला होता. बाळारामच्या हातात कुऱ्हाड होती. दोघा-तिघांच्या हातात काठ्या होत्या. माणिकच्या हातात तलवार होती. 'आज पाटलाचेही तुकडे करू' कोणीतरी जोर जोरात ओरडत होतं. माझ्याही अंगात आवेश संचारला होता. मला वाटत होतं, 'येणाऱ्या जमावावर दगडफेक करावी' पण मी शांतपणे उभा होतो. जमाव जवळ जवळ येत होता. काका बाहेर आला. दारात उभा राहिला. मसामाय त्याच्या मागे उभी होती.

जमाव जवळ आला. बाळाराम उद्धटपणे बोलत होता. काकांनी जमावाला

थांबवलं. मी काकाजवळच उभा होतो. काका बोलू लागला. 'तुम्ही माझ्या शरण्याला मारायला आलात पण आमच्या शरण्यानं तुमच्यासाठी खूप केलंय. त्यानं गावातल्या शिवाजीवर केस केली. त्यानं विठ्ठल मंदिरात प्रवेश केला. त्यानं बाबासाहेबांची जयंती केली. तो महारांची बाजू घेतोय. कुणाला मारायचंय त्यानं पुढं यावं. अगोदर मला मारा.' सगळा जमाव शांत झाला होता. सर्वजण परत फिरले होते. काका शांतपणे गावात निघून गेला.

शेवंताचं लग्न ठरलं. तिला नात्यातच दिलं होतं. शेवंता माझ्या आयुष्यातून कायमची निघून जाणार हे निश्चित झालं होतं. शेवंतानं माझं मन व्यापलं होतं. मी मॅट्रीकमध्ये शिकत होतो. हे वर्ष महत्त्वाचं होतं. शेवंताचं लग्न होणार म्हणून मी व्याकूळ झालो होतो. मला काय करावं हे सुचत नव्हतं. अभ्यासाची भिती वाटू लागली होती.

शेवंताचं लग्न झालं. शेवंता सासरी गेली. शेवंताला साधा स्पर्शही केला नव्हता; पण ती माझ्या रक्तामासांत भिनली होती. मला वाटलं, आता माझा मजनू होणार. मनाची सैरभैर अवस्था झाली होती. पण मी सावरलो. शेवंताची मैत्रीण राहीनं माझ्या मनाचा कब्जा घेतला. हळूहळू ती माझ्या तारुण्यावर स्वार झाली.

माझ्या शरीरात उलथापालथ होत होती. अंगातून वाफा निघत होत्या. मनात मस्ती थयथयत होती. खवळलेल्या सागरात वादळ वाऱ्यानं यावं तशी राही माझ्या आयुष्यात आली.

नागीही पूर्ण वयात आली होती. तीही चंदूबरोबर फिरत होती. चंदू हा थोरल्या पाटलाचा मुलगा होता. आमच्या गावची पाटलकी पाच पाटलांमध्ये आलटून पालटून फिरायची. त्यात थोरल्या पाटलाचं एक घर होतं.

नागी चंदूला भेटू लागली. बोलू लागली. नागीचा पाय वाकडा पडू लागला. मी अस्वस्थ होऊ लागलो. नागीची आणि माझी नेहमी भांडणं होऊ लागली. नागी मला जुमानत नव्हती. ती चंदूच्या प्रेमानं वेडी झाली होती. मी तिला प्रतिबंध करत होतो. एक दिवस मी नागीला खूप मारलं, कमळानं विचारलं, 'शरणूची आणि नागीची हमेशा भांडणं का होतात?' मासामायनं ओरडून सांगितलं, 'तो नागीला झोप म्हणतोय. नागी त्याच्याबरोबर झोपत नाही' मी मसामायचं बोलणं ऐकून भांबावून गेलो.

संतामाय म्हणायची, 'तुला काय करायचंय? नागी कशी का वागेना.' मी मन घट्ट केलं. ह्यापुढं नागीच्या बाबतीत दुर्लक्ष करायचं ठरवलं.

आमच्या हायस्कूलनं पंधरा ऑगस्टचा कार्यक्रम मोठ्या उत्साहानं साजरा करायचा ठरवलं. पंधरा ऑगस्ट निमित्तानं हायस्कूलमध्ये नाटक बसवलं. मी ह्या

नाटकात स्त्री भूमिका केली. त्यामुळे मी सर्वांना परिचित झालो.

मॅट्रीकची परीक्षा झाली. मी वर्गात दुसरा आलो. माझ्याबरोबर धोंडिरामही पास झाला होता. आम्ही दोघांनी सोलापूरच्या दयानंद महाविद्यालयात प्रवेश घ्यायचं ठरवलं. प्रवेशासाठी पैसा नव्हता. मसामायला पैसे मागितले. तिच्या कानात सोन्याची फुलं होती. मसामायनं कानातली फुलं विकली आणि मला पैसा दिला. संतामायने घरावरचे दोन पत्रे विकले. मी आणि धोंडिराम सोलापूरला आलो. दयानंद महाविद्यालयात गेलो. प्रवेश अर्ज भरला. रांगेत उभे राहिलो. दयानंद महाविद्यालयात 'निंबाळे' नावाचा क्लार्क होता. माझ्या प्रवेशाच्या वेळी नेमका तोच विंडोला होता. त्याने माझ्या नावची एन्ट्री केली. आणि मला माझी जात विचारली. मी 'हिंदू-महार' म्हणून सांगितले. त्याने लगेच आश्चर्याने विचारले, 'निंबाळे आडनाव महारातही असतं?' मी 'हो' म्हणून बाजूला झालो. पण मी घाबरलो होतो. माझ्या वडिलाचं नाव महाराचं नव्हतं. ते एका सवर्णाचं नाव होतं. माझ्या शरीरात एका सवर्णाचं रक्त आहे. माझ्या शरीरातील हे घाणेरडं रक्त उपसून टाकता येईल का? जमिनदार वाड्याच्या ओरखड्याने मी घायाळ झालो आहे.

मी आणि धोंडिरामने महाविद्यालयात प्रवेश घेतला. आम्ही दोघे मोतीराम मामाच्या घरी गेलो. मोतीराम मामाची बायको गजरा मामी खूपच प्रेमळ होती. आम्ही पाच सहा दिवस त्यांच्याकडेच राहिलो. आम्हाला होस्टेलला प्रवेश मिळाला. मी, धोंडिराम आणि भिमा असे तिघे रूमपार्टनर होतो.

दुष्काळाची भीषण छाया अजूनही संपली नव्हती. दारिद्र्यानं सर्वत्र हैदोस मांडला होता. सोलापूरात कसे टिकायचे हा प्रश्न भेडसावत होता. महिन्याला चाळीस रुपये शिष्यवृत्ती मिळत होती. चाळीस रुपयात महिना भागवणे शक्य नव्हते. पायात चप्पल नव्हती. अंगावर चांगले कपडे नव्हते. दोन वेळचं जेवण मिळत नव्हतं. तरीही आम्ही दिवस काढत होतो.

महाविद्यालयात गेलो की मी अस्वस्थ व्हायचो. महाविद्यालयातल्या मुलांमुलींचे कपडे पाहिले की स्वतःची लाज वाटायची. मोतीराम मामाने त्यांचे चार जोड कपडे आम्हाला दिले होते. मी दोन आणि धोंडिरामने दोन जोड घेतले होते. आम्ही ते कपडे अल्टर करून वापरत होतो. हे जुने कपडे अंगावर घातले की अंगावर दोन दोन इस्त्रीच्या घड्या पडायच्या. एक जुनी इस्त्रीची घडी आणि एक नव्याने मारलेली. असे कपडे घातले की माझे मलाच विदुषकासारखे वाटायचे. मी विषण्ण मनाने होस्टेलवर परत यायचो. मी महाविद्यालयाच्या परिसरात रमायचो नाही. अशावेळी मला शेवंताची आठवण यायची. मी शेवंताला भेटण्यासाठी निघायचो. पण तिच्या घरी जाण्याची भिती वाटायची. मी तिच्या वस्तीभोवती फिरत राहायचो. कधीतरी ती

बाहेर येईल आणि आपली भेट होईल म्हणून.

एकदा शेवंता रस्त्यात भेटली. तिचं रूप पूर्णपणे पालटलं होतं. ती गृहिणी दिसत होती. ही माझ्या मनातली शेवंता नव्हती. ही परस्त्री होती. तिने मला 'घरी चल' म्हटले. मी नकार दिला. तिने मला दहा पैसे दिले. 'रस्त्यात भेटलास. तुला इथं कशी चहा पाजू? हे दहा पैसे घे आणि माझ्या नावानं चहा पी' मी शेवंताच्या नजरेत माझं बालपण शोधलं.

मी होस्टेलकडं चालत निघालो होतो. रस्त्यात मला महारोगी भेटला. गौतम बुद्धालाही महारोग्यानं विचलित केलं होतं. महारोग्यानं आपला थोटका हात माझ्या पुढं केला. मला त्याची किळस आली. भिती वाटली. मी दूर झालो. मला माझ्या दंडावरचा डाग आठवला.

मी सिव्हिल हॉस्पिटलला गेलो. केस पेपर काढला. त्वचा आणि गुप्तरोग विभागात गेलो. तिथे अनेक महारोगी रांगेत ताटकळताना दिसले. मला त्यांच्याबरोबर उभं राहाण्यासाठी मनाची तयारी करावी लागली. मी रांगेत उभं राहिलो. मला ह्या रांगेत कुणी पाहिल म्हणून मध्येच दचकायचो. हळूहळू माझा नंबर आला. शिकावू डॉक्टर्सनी मला तपासलं. माझ्या केस पेपरवर त्यांनी 'लेप्रसी' हा शब्द लिहिला होता. काही गोळ्या लिहून दिल्या होत्या. 'पुढच्या आठवड्यात ये' म्हणून मला बाहेर काढलं होतं. मी गोळ्या घेतल्या आणि रूमवर आलो. इंग्रजी डिक्शनरीत 'लेप्रसी' ह्या शब्दचा अर्थ पाहिला. तो महारोग होता. मला धरणीकंप झाल्यासारखं वाटलं. मी चोरून गोळ्या खायचो. चोरून दवाखान्यात जायचो. महारोग्यांची रांग पाहून भियाचो आणि आत न जाता परत फिरायचो. पण मी असं किती दिवस करणार होतो? मीच माझ्या मनाची समजूत घातली आणि नियमित औषधोपचार घेण्याचं ठरवलं. दवाखान्यात गेलो. ह्यावेळी दवाखान्यात मुख्य डॉक्टर उपस्थित होते. त्यांनी माझा डाग पाहिला. पुनः पुन्हा तपासला. मला सर्व प्रकारच्या स्पर्शाची जाणीव होत होती. डॉक्टरने मला विचारले, 'बाळ, लहानपणी इथं बिब्बा घातलेला तुला आठवतो का?' मी तात्काळ 'हो' म्हटलं. त्यांनी म्हटलं, 'हा बिब्ब्याचा व्रण आहे. चट्टा नाही.' डॉक्टरांनी माझी पाठ थोपटली. मी पुन्हा डॉक्टरांना विचारलं, 'मला महारोग नाही?' डॉक्टरांनी माझ्या खांद्यावर हात ठेवून 'नाही बाळ' म्हटलं. मी आनंदानं वेडा झालो होतो. मला वाटत होतं, आभाळ डोक्यावर घेऊन नाचावं.

मी महिन्या दोन महिन्यातून हन्नूरला यायचो. दोन दिवस राहायचो. दोन दिवस मजेत जायचे.

दोन दिवसात राहीची भेट व्हायची. ती भेटीसाठी उतावीळ झालेली असायची. मला तिची ओढ जाणवायची. धरण भरावं तसं आमचं मन तारुण्यानं भरून आलं

होतं. क्षण दोन क्षण राहीला पाहाणं आणि शहारणं एवढच माझ्या हातात होतं.

मी सोलापूरला परत आलो की राही मला पत्र पाठवी. ती निरक्षर होती. ती दुसऱ्याकडून पत्र लिहून घ्यायची. त्यामुळं बोभाटा झाला आणि तिच्यावर घरातून बंधनं लादली गेली.

मी आणि धोंडिराम खोलीवर स्वयंपाक करून खायचो. रेशन आठवड्यात संपायचं. अशावेळी आम्ही सोलापूरात फिरायचो. ओळखीची माणसं शोधायचो. हन्नूरची माणसं सोलापूरात कोण कोण आहेत ह्याची माहिती जमा करायचो, अगदी जेवण्याच्यावेळी त्यांच्या घरी जायचो. काहीजण 'जेवा' म्हणायचे. काहीजण 'चहा' पाजून कटवायचे. धोंडिरामची आजी मात्र आम्हाला बसवून घ्यायची. सोनू आजीच्या घरी जोगवा मागून आणलेले असंख्य शिळे तुकडे असायचे. आम्ही शिळे तुकडे खायचो.

हायस्कूलला असताना अवांतर वाचायला मिळालं नाही. इथं मात्र अवांतर खूप वाचत होतो. सोलापूरात कामगार नाट्य स्पर्धा व्हायच्या. राज्य नाट्य स्पर्धा व्हायच्या. अनेक व्यावसायिक नाटकं व्हायची. ह्यामुळं मलाही नाटकं लिहिण्याची उर्मी आली. मी सर्व मराठी नाटकं वाचली. नाटकासंबंधीची पुस्तके वाचली. आणि नाटकं लिहू लागलो. महिन्या दोन महिन्यातून एक नाटक लिहून व्हायचं. भीमगीतेही लिहायचो. गेले आठ दहा दिवस अर्ध पोटीच राहात होतो. चहा पियालाही पैसे नसायचे. भूक आणि शिक्षणाच्या कोंडीत मी अडकलो होतो. त्यादिवशी कॉलेजला न जाता रूमवरच बसलो होतो. अक्कलकोटची काही मुलं आली. ती माझी चौकशी करत होती. त्यांनी मला हॉटेलात नेलं. खाऊ पिऊ घातलं. मला खूप बरं वाटलं. त्यांनी मला रिक्षातून लॉजवर नेलं. मला वाटतं, ही माझी पहिली वेळ होती, रिक्षात बसण्याची आणि लॉजवर जाण्याची. ते दोघे होते आणि मी एकटा. त्यांनी रूमचं दार बंद केलं.

ठोंबरे हा काही केल्या मॅट्रीक पास होत नव्हता. त्याला ह्यावर्षी काही करून मॅट्रीक पास व्हायचं होतं. तो आपला मित्र सरसंबे ह्याला घेऊन माझ्याकडं आला होता. आमच्या गावातल्या सवर्ण मुलांनी माझा पत्ता देऊन त्यांना माझ्याकडं पाठवलं होतं. 'लिंबाळे खूप हुशार आहे. तुम्ही त्याच्याकडे जा. तो तुमचं काम करेल' असं त्यांना सांगितलं होतं. आम्ही बोलत असतानाच आमच्या गावचा विष्णू भरमशट्टी आला. तोही दयानंद महाविद्यालयातच शिकत होता. त्यानेही मला ठोंबरेच्या नावावर परीक्षेला बसण्याची गळ घातली.

मला कल्पना आवडली. पण मनाला पटत नव्हतं. भूक आणि विवेकाच्या चक्रात मी सापडलो होतो. आठ दिवस मला लॉजवर राहायला मिळणार होते.

पोटभर जेवण मिळणार होते. आणि काही पैसे मिळणार होते. मला एकेक दिवस जड जात होता. मी मनाची तयारी केली. पोलिसांनी पकडलं तर सांगता येईल 'जेवणासाठी परीक्षा दिली' म्हणून. पोलिस मारतील आणि सोडून देतील.

मी ठोंबरेच्या नावावर परीक्षेला बसलो. एकामागून एक सात पेपर दिले. आठव्या पेपरला मला पकडलं. विष्णू भरमशट्टीनं पोलिसांना निनावी पत्र लिहून कळवलं होतं.

पोलिसांनी पकडलं. सर्व माहिती लिहून घेतली. जबाब घेतला. अंगावरच्या खुणा लिहून घेतल्या. हाताचे ठसे घेतले. सह्या घेतल्या. आणि मला व ठोंबरेला कोठडीत डांबलं. एका मागून एक पोलिस यायचे. मला व ठोंबरेला पाहायचे. चौकशी करायचे. मला अजून अठरा वर्षे पूर्ण झाली नव्हती. काहीजण म्हणायचे, 'तू सुटशील. तुझं वय कमी आहे.' काहीजण म्हणायचे, 'तुम्ही आयुष्यातून उठलात. तुम्ही सरकारला फसवलंय. तुम्हाला शिक्षा होईल. सरकारी नोकरी मिळणार नाही.' मी शांतपणे सर्व ऐकून घ्यायचो. ठोंबरे पोलिसांना बोलायचा. हात जोडायचा. थोड्या वेळानं पोलिसांनी ठोंबरेला बाहेर काढलं. सरसंबे पोलिसाबरोबर मध्यस्ती करत होता. पोलिसांनी त्यांच्याकडून पैसे घेतले आणि आम्हाला जामिनीवर सोडून दिले. मी होस्टेलवर आलो. धोंडिरामनं विचारलं, 'इतके दिवस कुठे होतास?' मी म्हणालो, 'दुसऱ्याच्या नावाने परीक्षा दिली. पोलिसांनी मला पकडलं. सोडून दिलं. उद्या वर्तमान पत्रात बातमी येईल.' धोंडिराम माझ्याकडं बघतच राहिला. त्याला माझं बोलणं खोटं वाटत होतं.

दुसऱ्या दिवशी वर्तमानपत्रात बातमी आली. तोतया विद्यार्थ्याला अटक. माझं नाव छापलं होतं. क्षणात सर्वत्र चर्चा सुरू झाली. मी गावी पळ काढला. गावी ही बातमी येऊन पोहाचली होती. गावातल्या हवालदाराने काकाला बातमी सांगितली होती.

गावात माझ्याविषयी वाईट चर्चा सुरू झाली. 'हा आयुष्यातून उठला. ह्याला सरकारी नोकरी लागणार नाही. ह्याला जेल होईल.' ह्या चर्चेचा माझ्यावर वाईट परिणाम व्हायचा. दिवाळी सुट्टी लागली. 'लिंबाळेचं नाव कॉलेजमधून काढून टाकलं आहे. कॉलेजनं त्याला रस्टिकेट केलं आहे.' म्हणून चर्चा सुरू झाली. विष्णू भरमशट्टी अफवा पिकवायचा. मी धोंडिरामला विचारलं. त्यानं 'मला काही माहिती नाही' म्हणून सांगितलं. दादा दारू पिला की चिडायचा. 'पोरानं तोंडाला काळं फासलं. आम्ही त्याला लहानाचं मोठं केलं. पण काही फायदा झाला नाही.' संतामाय काळजी करायची, 'लोक म्हणतात की तुला पंधरा वर्षांची जेल होईल. काय करायचं?' मी गप्प बसायचो. काका म्हणायचा, 'काळजी करू नको. वकील लावू.' संतामाय म्हणायची, 'आता पासूनच कामाची सवय कर. तू महामूदला

हमालीत मदत कर. म्हातारा एकटंच ओझं उचलतोय.' चंदामाय म्हणायची, 'गावातल्या पोरांनी तुला ह्यात गोवलंय. तू तर शिकला सवरलेला. कसा काय फसलास?' मसामाय म्हणायची, 'ह्याला बसून कुठवर घालायचं. कामाला लावा. दारू घेऊन ये. मजूरी देईन' मी उठायचो. भाड्याने सायकल घ्यायचो. दारूची ट्युब सायकलला बांधायचो आणि दारू आणायला जायचो. आता आपली दारू धंद्याशी गाठ आहे म्हणून मनाचा निश्चय केला होता.

मसामाय बाळंत झाली. तिला मुलगा झाला. त्याचं नाव श्रीकांत ठेवलं. मी त्याला 'तम्मा' म्हणायचो.

राहीला तिच्या बहिणीकडं पाठवलं होतं. तिच्या घरी आमच्या विषयी कळालं होतं. राहीच्या घरच्यांनी तिच्या लग्नाची तयारी सुरु केली होती. हा काळ माझ्या आयुष्यातील प्रचंड नैराश्याचा काळ होता. माझे कपडे फाटले होते. अंगात केवळ शर्ट आणि कमरेला टॉवेल गुंडाळलेला असायचा. मी मोडून पडलो होतो. सवर्ण मुलांना आनंद झाला होता. 'खूप माजला होता. बरं झालं. आता जेलमध्ये जाईल.' क्षणोक्षणी माझा अपमान होत होता. परीक्षेला बसताना मला वाटलं नव्हतं हा इतका गंभीर गुन्हा असेल! अशा कायद्यांचा अभ्यासक्रमात समावेश असता तर मी असा गुन्हा केला नसता. संतामायला खूप वाईट वाटायचं. ती म्हणायची, 'तू इथं राहण्यापेक्षा मुंबईला निघून जा. तिकडं कसाही राहा. ह्या गावात राहू नको. लोक तुला जगू देणार नाहीत.'

मी गाव सोडायचं ठरवलं. जगण्यासाठी मुंबईला निघालो. गावाला अखेरचा दंडवत घातला. गाव सोडले.

अक्कलकोटच्या बस स्टँडवर आमच्या गावचा मांगाचा बाबू देढे भेटला. तो सोलापूरमध्ये खाजगी शाळेत शिक्षक होता. त्याने माझी विचारपूस केली. तो म्हणाला, 'कामासाठी मुंबईला जाण्याची काय गरज आहे? तुला सोलापूरातही खाजगीमध्ये काम मिळेल. आपण प्रयत्न करू.' मी बाबू देढेबरोबर सोलापूरला आलो. त्याच्या खोलीवर गेलो.

बाबू देढेच्या ओळखीनं मला खाजगी शाळेत शिक्षकाची नोकरी मिळाली. एक झालं; मी शिक्षकाची नोकरी पत्करल्यामुळे गावात होणारी माझी बदनामी थांबली. महिना तीस रुपये पगार होता. हातात मात्र पंचवीस सहवीस रुपये मिळत होते. मी दररोज पाचदहा मिनिटे उशिरा शाळेत पोहचायचो. महिन्यात एकूण किती मिनिटं उशिरा गेलो ह्याची बेरीज करून त्याचे दिवसात रूपांतर केले जाई आणि तेवढ्या दिवसाचा पगार कापला जाई. हा पगार मला महिनाभर चहापाण्यासाठी पुरायचा. संतामाय घरून जेवणाचा डबा पाठवायची.

शिक्षकाची नोकरी लागल्यावर मी प्रथमच गावी आलो होतो. गावात सर्वजण माझी चौकशी करत होते. कोणत्या शाळेत नोकरी लागली, पगार किती इ. बाबी जाणून घेत होते. आमच्या घरीही सर्वांना आनंद झाला होता. मसामाय लोकांना सांगायची, 'माझा मुलगा शिक्षक आहे.' महारवाड्यातही सर्वजण आस्थेनं विचारायचे. मी सोलापूरला परत निघालो. संतामायनं मला हळूच सांगितलं 'राहीचं लग्न ठरलंय. पुढच्या महिन्यात लग्न आहे.' मला वाईट वाटलं.

मी शिक्षकाची नोकरी करत होतो. माझे कॉलेज सुटले होते. अधून मधून धोंडिराम यायचा. त्याला मी चहा पाजायचो. नाश्ता द्यायचो. सिनेमा दाखवायचो. एक दिवस धोंडिराम आला. तो म्हणाला, 'तुला रेस्टिकेट केलं नाही. ती एक अफवा आहे. परीक्षेचे वेळापत्रक लागले आहे. अर्ज भर.' मला धोंडिरामचे म्हणणे पटले. मी परीक्षा अर्ज भरला. बाजारातील उपलब्ध पुस्तके आणली. अभ्यास सुरू केला.

मला स्कॉलरशीपचे चारपाचशे रुपये मिळाले होते. मी कपडे केले. संतामायला साड्या घेतल्या. दादाला धोतर घेतले. चादर सतरंजी घेतली. गावी आलो. संतामायला खूप आनंद झाला होता.

श्रीकांतचा जन्म झाल्यापासून काका आणि मसामायमधील ताण वाढले होते. मसामाय म्हणायची, 'तू उद्या मरून जाशील. माझ्या मुलांचं काय? माझं काय? माझ्या नावावर काहीतरी करून दे. मी इतके वर्षे तुझ्याबरोबर राहिले.' काका चालढकल करायचा. मसामाय लावून धरायची. दोघांची तुंबळ भांडणं व्हायची. काका दारू पियाचा. तोही भांडायचा.

त्यादिवशी काका आणि मसामायची भांडणं झाली होती. काका गावाबाहेर येऊन बसला होता. मी काकाजवळ गेलो. त्याची चौकशी केली. काकाच्या डोळ्यांतून अश्रू ओघळले. मीही गहिवरलो. काका म्हणाला, 'शरण्या, तू लेखक आहेस. तू लिहितोस. मागं पुढं माझ्या आयुष्यावर लिही. मला मसाईनं खूप छळलं आहे.' मी काकाचा हात धरला आणि त्यांना घरी आणलं.

काकानं श्रीकांतच्या नावावर दोन एकर शेत केलं. आणि मसामाय व काकाची भांडणं कमी झाली. पुन्हा मसामाय गरोदर राहिली.

परीक्षा झाली. पास झालो. उन्हाळी सुट्टीत राहीचं लग्न झालं. आयुष्य खूप रिकामे आणि एकाकी वाटू लागलं. शेवंता गेली. राही गेली. आता पुढे कोण? संतामाय म्हणायची, 'काळजी करू नको. तुला त्यांच्यापेक्षाही चांगली बायको करून देईन.' उन्हाळी सुट्टी मी नाटक लिहिण्यात घालवली.

मी पुढच्या वर्षाला प्रवेश घेतला. हॉस्टेललाही प्रवेश मिळाला होता.

पार्टनरही तेच. मी, धोंडिराम आणि भीमा. अभ्यासावर परिणाम होऊ नये म्हणून शिक्षकाची नोकरी सोडून दिली. घरून डबा येत होता. मी शिक्षणाकडं गंभीर लक्ष द्यायचं ठरवलं होतं.

हॉस्टेलमधल्या बेदरकार आणि बिनधास्त वातावरणाने मनात सळसळ व्हायची. दलित मुलांची संघटना, त्यांची चर्चा, त्यांची भाषणं, त्यांचं ऐक्य, त्यांचं निर्भय वागणं पाहून माझ्यात आमूलाग्र बदल होऊ लागला. मी 'आंबेडकर' म्हणायचो. दलित मुलं मला शिव्या द्यायची. 'बाबासाहेब म्हण.' मी बाबासाहेब म्हणू लागलो. मी 'नमस्कार' करायचो. दलित मुलं माझा अपमान करायची. 'जय भीम म्हण'. मी 'जय भीम' म्हणू लागलो. माझ्या मनातली लाचारी हद्दपार झाली होती.

दादा आणि काका सोलापूरला यायचे. दोन दिवस माझ्या खोलीवर राहायचे. दिवसभर सोलापूरात फिरायचे. रात्री रूमवर यायचे. येताना ते पिऊन यायचे. रूमवर आल्यावर गांजा ओढत बसायचे. चिलिम भरायचे. पेटवायचे. एकामागून एक झुरके घ्यायचे, रूमभर धूर पसरायचा. काका आणि दादा त्यांच्याच धुंदीत असायचे. शेजारच्या रूममधील मुलं हसायचे. मला त्याचं काहीच वाटायचं नाही. मला ह्या गोष्टीची सवय होती. पण भीमाला हे विचित्र वाटायचं. दादा हिंदीतून बोलायचा. अल्ला.मौल्ला म्हणायचा, काका कन्नडमधून बोलायचा. मी दादा काकावर खवळायचो. पण त्यांच्या वागण्यात बदल व्हायचा नाही. शेवटी मी त्यांना रुमबाहेर काढलं. 'इथं दारू पिऊन येऊ नका' दादा आणि काका निघून गेले. मला खूप वाईट वाटलं.

मी अभ्यासात रमायचो नाही. मला अभ्यास कंटाळवाणा वाटायचा. पण आवडीचं वाचन वाढलं होतं. लेखनही करत होतो. वर्तमानपत्रात वाचकांची पत्रे लिहित होतो. आठवड्याला दोन चार पत्रे प्रकाशित व्हायची. नवा विषय शोधणं आणि वाचकाचे पत्र लिहिणं हा छंदच जडला होता. माझी ही लेखनातील पहिली उमेदवारी होती.

मी आणि धोंडिराम महिन्यातून एकदा गावी यायचो. दोघात एक सायकल भाड्याने घ्यायचो. निम्मे निम्मे भाडे भरायचो. डब्बलसीट यायचो. डब्बलसीट जायचो. धोंडिराम थकला की मी, मी थकलो की धोंडिराम सायकल मारायचा. आम्ही गावाजवळ आलो की अंगावरील मळके कपडे काढायचो आणि इस्त्रीचे कपडे घालायचो.

दादा दारू पिऊन सडकेवर गोंधळ घालत असायचा. संतामाय त्याला शिव्या देत उभी असायची. मी जायचो. संतामाय म्हणायची, 'शरणू आलाय.' मग दादा माझ्याकडं यायचा. 'माझा वाघ आलाय ऽ' म्हणून ओरडायचा. हॉटेलात

जाऊन चहा आणायचा. मी चहा पियाचो. मसामायकडं जायचो. मसामाय एक कप दारू द्यायची. चंदामाय विचारपूस करायची. सगळा महारवाडा 'कधी आलास?' म्हणून चौकशी करायचा. दोन दिवस राहून आम्ही निघायचो.

काका मला घेऊन गावात निघाला होता. मी काकाबरोबर चालत होतो. काका म्हणायचा, 'तुला कुठल्या मंदिरात जायचं आहे, कुणाची मुलगी करून घ्यायची आहे. कुणाच्या घरात घुसायचं आहे, सांग. तुला कोण काय करतो. बघतो. चल माझ्या बरोबर.' मी काकाबरोबर निघालो होतो. माझ्या शरीरात सोसाट्याचा वारा सुटावा, तसं झालं होतं. काकानं मला महादेवाच्या मंदिरात नेलं. तिथं शिवभजनी मंडळ भजन म्हणत होते. काका मला त्यांच्याजवळ घेऊन गेला. त्यांनी भजन म्हणणं बंद केलं. 'जा देवळात जाऊन देवाच्या पाया पड' मी मंदिरात जाऊन देवाचे दर्शन घेतले. बाहेर आलो. काका म्हणाला, 'तुला भजन म्हणायचं आहे का?' मी काकाच्या प्रश्नाला 'नाही' म्हणून उत्तर दिलं. काका मला घेऊन मंदिराबाहेर पडला. आम्ही गावात चक्कर मारून महारवाड्यात आलो. काशिराम धर्मशाळेपुढं जनावराचं कातडं वाळत घालत होता. पुढून प्रल्हाद आला. त्यानं काकाला वाकून जोहार घातला. काकानं खिशातला बिडीचा गठ्ठा काढला आणि त्याच्याकडे फेकला. प्रल्हादनं तो अचूक झेलला. पुन्हा जोहार घातला.

रात्री मसामाय बाळंत झाली. तिला मुलगी झाली. तिचं नाव इंदिरा ठेवलं. त्यावेळी इंदिरा गांधींचं खूप प्रस्थ होतं.

धोंडिरामनं बाबासाहेब आंबेडकरांचा फोटो आणला होता. तो आम्ही धर्मशाळेत लावला. धर्मशाळेत बाबासाहेबांचा फोटो नव्हता. सणासुदीच्या दिवशी महारवाड्यातल्या बायका मऱ्याईबरोबर बाबासाहेबांचीही पूजा करू लागल्या. मी आणि धोंडिरामनं मऱ्याईला गाडण्याचं ठरवलं. दुपारची वेळ होती. सर्व महारवाडा कामाला गेला होता. मी आणि धोंडिरामनं मऱ्याईचा दगड देवळातून हलवला. भला मोठा दगड उभा केला होता. त्याला शेंदूर फासून मऱ्याई केली होती. आम्ही मऱ्याईचा दगड ढकलत चिंचेच्या झाडाखाली आणला. लोकांना बसण्यासाठी पालथा टाकला. संध्याकाळी लोक चिडले. आम्ही कोणाचं ऐकलं नाही.

कमळा आणि निरमी दारू आणायला गेल्या होत्या. सकाळी गेल्या होत्या. संध्याकाळ होत आली तरी आल्या नव्हत्या. मसामाय ओरडत आली. 'कमळीच्या तोंडाला विस्तव लावला. तिच्याबरोबर निरमीला उगीच पाठवलं. अजून आल्या नाहीत. वाटेत काय झालं कुणास ठाऊक?' मसामाय काळजीत पडली होती. मी लगेच उठलो. मी, मसामाय, संतामाय आणि नागी आरळीच्या दिशेनं निघालो. संतामाय कमळाला शिव्या देत होती. अर्ध्या वाटेत गेलो. वाटेत एका

झाडाखाली कमळा आणि निरमी झोपलेल्या दिसल्या. दोघीही खूप पिल्या होत्या. आम्ही त्यांना उठवलं. घराकडं घेऊन आलो. संतामाय निरमी सुखरूप सापडली म्हणून देवाला नारळ फोडण्यासाठी निघाली.

मी आणि धोंडिराम सकाळीच सोलापूरला निघायचो. धोंडिराम माझ्यापेक्षा ताकदवान होता. तोच सायकल मारायचा. तो थकला की मी सायकल घ्यायचो. सोलापूर दिसू लागलं की आनंद वाटायचा.

मी, धोंडीराम आणि भीमा संध्याकाळी शहरात फिरायला जायचो. मेन रोडनी मुली पाहत फिरायचो. बागेतली प्रेमी युगुल पाहून चेष्टा करायचो. आम्ही तिघे सिनेमाला जायचो. सार्वजनिक वाचनालयात जायचो. आमच्यात सुंदर मुलीविषयी चर्चा व्हायच्या. देशाच्या राजकारणाविषयी गप्पा रंगायच्या. करिअर आणि लग्नाविषयी आम्ही भावूकपणे बोलायचो. गाण्यांच्या भेंड्या व्हायच्या. आम्ही अधून मधून गजरामामीकडे जायचो. तीही आमचं हसतमुखानं स्वागत करायची. प्रत्येकवेळी चहा पाजायची. मी आणि धोंडिराम तिच्याशी बोलत बसायचो. गजरा मामीच्या शेजारी राहणाऱ्या पोरीवर लाईन मारायचो. त्यादिवशी मी आणि धोंडिराम गजरामामीच्या घरी बसलो होतो. शेवंता नवऱ्याशी भांडून गजरा मामीकडे आली होती. नवऱ्याने तिला मारले होते. तिचे मूल रडत होते. मी काहीच बोललो नाही. तिनं मला पाहिलं. मी तिला. तिनंही काही बोललं नाही. मला वाटलं, हिची फारिकत व्हावी म्हणजे लग्न करता येईल.

त्या दिवशी दादा आणि संतामाय मला भेटण्यासाठी सोलापूरला आले होते. मी त्यांना रूमवर नेलं. मला संतामाय आणि दादाची लाज वाटत होती. मी त्यांना मोतीराम मामाच्या घरी नेलं. गजरा मामीने त्यांना घरी ठेवून घेतले. दादा आणि संतामाय दोन दिवस सोलापूरात राहिले. मोतीराम मामाची मोठी मुलगी रूपा संतामाय आणि दादाकडं पाहायची. विचारात पडायची. तिनं आपल्या आईला विचारलं, 'संतामाय मुसलमानाची आहे का?' गजरा मामीनं रूपाला खूप बडवलं. संतामायनं रूपाची सुटका केली. संतामायला मुसलमान म्हणणं म्हणजे तिचे अनैतिक संबंध उघड करणे होय. त्यामुळे गजरा मामीला रूपाचा राग आला होता. पण रूपाला हे माहीत नव्हतं. संतामाय कुंकू लावत नाही म्हणून ती मुसलमान असावी असा तिचा तर्क होता.

गजरा मामीनं संतामायला खूप प्रेमानं वागवलं. कारण संतामायनं गजरा मामीची दोन बाळंतपणं केली होती. मी संतामाय आणि दादाला सोडवायला बस स्टँडवर गेलो. संतामाय बसमध्ये चढताना म्हणाली, 'तू गावी येऊ नको. नागीनं पाटलाच्या चंदूबरोबर लग्न केलंय.' मी गोंधळलो होतो. नागीचं लग्न झालं ह्याचा

आनंदही झाला होता.

मी नियमित कधी कॉलेज करायचो नाही. उशिरा उठायचो. तेव्हा नऊ वाजलेले असायचे. रात्री उशिरा झोपायचो. खूप वेळ आमचा गोंधळ चालायचा. कॉलेजवर गेलोच तर ग्रूपनं फिरायचो. हुल्लडबाजी करायचो.

होस्टेलमधल्या मुलांची संघटना होती. रिपब्लिकन स्टूडण्ट असोशिएशन. मला त्या संघटनेत घेतलं होतं. त्यामुळे मी अधिक उद्दाम वागत होतो. उद्दामपणावर माझं उदंड प्रेम होतं. हजारो वर्षांच्या लाचारी नंतर आम्ही प्रथमच उद्दाम वागत होतो. उद्दामपणा ही आमच्या आयुष्यातील एक उदात्त गोष्ट होती. वर्तमानपत्रातल्या दलितांवर झालेल्या अन्याय अत्याचाराच्या बातम्या वाचल्या की आम्ही पेटून उठायचो.

दलितांवर अन्याय झालेल्या गावी जायचो. दलितांची भेट घ्यायचो. अन्याय करणाऱ्या सवर्णांच्या घरी जायचो. त्याच्या घराला कुलुप असायचं. गाववाले काहीच बोलायचे नाहीत. आम्ही सर्व दलितांना एकत्र करायचो. भाषण करायचो. निघून यायचो.

मी आणि धोंडिराम गावी आलो होतो. मी सायकल बस स्टँडला लावली. दादा हमाली करत होता. संतामायनं पळत जाऊन दादाला सांगितलं. दादाने खिशातून पैसे काढून दिले. संतामायने चहा आणला. धोंडिराम अर्धा कप चहा पिऊन महारवाड्यात गेला. मी संतामायजवळ बसलो. तिचा चेहरा उदास दिसत होता. 'महामूद झालेल्या हमालीची दारू पितोय. घरात पैसे देत नाही. मला उपाशी मारतोय.' संतामायचं बोलणं ऐकून मला वाईट वाटायचं.

महारवाड्यातून मसामाय आली. ती गरोदर होती. कालच काकाचे वडील सिद्राम पाटील मरण पावले होते. मसामायही अस्वस्थ दिसत होती. ती म्हणाली, 'पाटीलही चार लोक जमवून गांजा ओढत बसतोय. मी एकटी कुठवर घर चालवू? मी दारू विकून गावच्या पाटलाला पोसत आहे. त्याची एक पैशाची कमाई नाही. जास्त बोललं तर शेत नावावर करून दिलं आहे म्हणतो. शेत काही पिकत नाही. घरात खाणारी दहा तोंडं झालीत. त्यांना कोठून घालू? पोरी हाताला येत आहेत. त्यांची लग्नं कशी होणार?' मसामायही चिंतेनं ग्रासली होती.

दादा आणि काका आपल्या पद्धतीनं जगत होते

मला भूक लागली होती. संतामायनं मला जेवायला दिलं. टोपल्यात एकच भाकर होती. संतामायनं ती भाकर मला दिली. मी संतामायला विचारलं, 'तू काय खाणार?' ती म्हणाली, 'मला भूक नाही,' मी म्हणालो, 'मला आर्धी भाकर दे. आर्धी भाकर तुला ठेव.' संतामाय म्हणाली, 'तू खा. माझी काळजी करू नको.

डब्यात पीठ आहे. मी भाकरी करून खाईन' मला संतामायचं बोलणं खोटं वाटलं. मी पीठाचा डबा उचलून पाहिला. तो जड वाटला. मी जेवण केलं. संतामाय बाहेर गेली. मी डबा उघडून पाहिला. संतामायनं डब्यात खलबत्ता ठेवला होता. त्यामुळं डबा जड झाला होता.

गावाकडे आलो की मन विषण्ण व्हायचं. वाटायचं, उगीच शिकलो. शिकलो नसतो तर मोल मजूरी केली असती. दोन पैसे कमवले असते. घरात मदत झाली असती. आपलं शिक्षण कधी पूर्ण होणार? नोकरी कधी लागणार? शिकलो. मला माझी लाज वाटू लागली. माझ्या आईची. वस्तीची. भाषेची. जातीची लाज वाटू लागली. खरं तर चीड आली पाहिजे.

परीक्षा झाली. उन्हाळी सुट्टी लागली. मी गावी आलो. मसामाय बाळंत झाली होती. तिला मुलगा झाला होता. त्याचं नाव सिद्राम ठेवलं होतं. काकाच्या वडिलाचं नाव. मसामायला एक डझन मुलं झाली. सिद्राम शेवटचा. जन्मतःच रोगी होता. खूप काळ जगला नाही. मेला.

मी आणि धोंडिराम पहिली पासून एकत्र होतो. आमची दोघांची खूप मैत्री होती. आम्ही एका ताटात जेवायचो. एका अंथरूणात झोपायचो. एकमेकाचे कपडे वापरायचो. धोंडिरामला शीला नावाची बहिण होती. संतामायला वाटायचं, 'माझ्यासाठी शीलाला मागणं घालावं.' संतामायनं मला विचारलं. मी होकार दिला. ह्या लग्नामुळे मी आणि धोंडिराम आणखी जवळ येणार होतो.

धोंडिरामच्या आई-वडिलानं मला मुलगी द्यायला नकार दिला. मला वाईट वाटलं. धोंडिरामलाही. मी अक्करमाशी असल्याने मला मुलगी देत नव्हते. संतामाय म्हणायची, 'आता तुझ्यासाठी अक्करमाशीच मुलगी शोधली पाहिजे. मी म्हातारी झाली आहे. मरण्याअगोदर तुझं लग्न झालं तर मी सुखानं मरेन.' मलाही लग्न करावं वाटायचं.

आमच्या घरामागे दामूचा दारूधंदा होता. त्याचा माल संपला की त्याचे गिऱ्हाईक आमच्याकडे येई. आमचे गिऱ्हाईक त्यांच्याकडे जाई. दामूची बायको पार्वती आणि मसामाय ह्या दोघी मैत्रीणी होत्या. त्यांच्यात मालाची उसनवारी चालायची. पार्वतीचे आई वडिल आले की मसामाय त्यांना चहाला बोलवायची. जेवू घालायची. पार्वतीची एक बहिण मुंबईला होती. कामाठीपुऱ्यात. नाजूका तिचं नाव. ती तिथं वेश्या व्यवसाय करत होती. तिला एक मुलगाही झाला होता. त्याचं नाव जुम्मा ठेवलं होतं. नाजूका मेली. जुम्मा आपल्या मावशीकडं हन्नूरला आला. बारा वर्षाचा असेल. दिसायला सुंदर. गोरापान. मसामाय आणि पार्वतीचं बोलणं झालं. आणि वनी आणि जुम्माचं लग्न ठरलं. वनी नऊ वर्षाची होती. जुम्मा बारा

वर्षाचा. इतक्या लहान वयात वनी आणि जुम्माचं लग्न होऊ नये अशी माझी इच्छा होती. पण मसामाय कोणाचंच ऐकायची नाही. ती आपलीच गोष्ट खरी करायची. ती मला प्रल्हादच्या लग्नाचा किस्सा सांगायची. 'बाल विवाहाचं काय घेऊन बसला आहेस? पूर्वीच्या काळी पोटाबरोबर विवाह होत असतं. दोन गरोदर स्त्रियांच्या गर्भाला कुंकू लावून त्या गर्भातील मुलांचं लग्न निश्चित केलं जायचं. प्रल्हादचं लग्न असंच झालं आहे. प्रल्हादची आई गरोदर होती. गिरजामायची आईही गरोदर होती. दोघींच्या पोटाला कुंकू लावून लग्न ठरवलं. एकीला मुलगा आणि दुसरीला मुलगी झाली तरच हे लग्न ठरल्याप्रमाणं होणार होतं. नाही तर नाही. प्रल्हादच्या आईनं आणि गिरजा मायच्या आईनं हे नातं स्वीकारलं. एकीला मुलगा झाला आणि दुसरीला मुलगी. त्यांचं लग्न झालं. आज ते संसार करत आहेत. त्यांना चार मुलं आहेत. मग वनी आणि जुम्माचं लग्न का लावू नये?' मग माझं तोंड बंद व्हायचं.

कॉलेजचं वर्ष सुरू झालं. मी बी. ए. च्या शेवटच्या वर्षाला शिकत होतो. बी. ए. ला इंग्रजी विषय घेतला. नाटकं लिहिण्याच्या वेडानं शेक्सपिअरची सर्व नाटकं वाचून काढली. हे शेवटचं वर्ष. अत्यंत महत्त्वाचं. मी सुरूवातीपासूनच अभ्यासाला लागलो होतो.

मी रुममध्ये एकटाच होतो. खिडकीत बसून रस्त्याकडे पाहात होतो. मुलींवर नजरा फेकत होतो. हा एकांत मला प्रक्षुब्ध करत होता. मला प्रत्येक एकांत राक्षसासारखा वाटत आलाय. एकांत हा सृजनासाठी आसूसलेला असतो. वासनेच्या रूपानं किंवा चिंतनाच्या रुपानं. एकांत जेव्हा आकांताचं रूप घेतो तेव्हा सृजनाची पानगळ सुरू होते. माझा एकांत नेहमी देव आणि दानवाबरोबर फुगडी खेळत असतो.

दुपारची वेळ होती. गजरा मामी आली. मागून तिने माझे डोळे बंद केले. मी तिचा हात धरला. शरीरभर बांगड्या किणकिणल्या. शहारलो. तिचा हात सोडवून घेतला. गजरा मामी हसत उभी होती. माझी अवस्था पकडलेल्या चोरासारखी झाली होती. गजरा मामीनं धोंडिरामची चौकशी केली. मी गजरा मामीबरोबर तिच्या घरी गेलो. मी तिच्या चेहऱ्याकडं नेहमी पाहात राहायचो. तिचा चेहरा शेवंतासारखा होता.

मी गावी आलो होतो. दिवस पावसाळ्याचे होते. पावसामुळे पुलाची नासधूस झाली होती. बस गावापर्यंत येत नव्हती. बस बुऱ्हाणपूरपर्यंतच यायची. तिथूनच परत जायची. त्यामुळं हमाली होत नव्हती. मला सायकल भाड्याला पैसे नव्हते. मी काळजीत पडलो होतो.

बस स्टँडमध्ये एक बाई बसली होती. ती चुंगीवरून आली होती. तिला

अक्कलकोटला जायचं होतं. पण बुऱ्हाणपूरपर्यंत कसं जायचं हा प्रश्न होता. ती एकटीच होती. दादानं मला विचारलं, 'बाईला सायकलवर बुऱ्हाणपूरपर्यंत सोडून येतो का? दीड रुपया मिळेल.' मी बाईकडं पाहिलं. बाई खूपच मोठी होती. सुंदर होती. मनातल्या मनात तिचं एकूण ओझं अजमावालं.

बाईला पुढं सायकलीवर बसवलं. मी सायकलीवर बसलो. मला भिती वाटत होती. सायकलीवरून पडलो तर? बाईला कुठं लागलं तर? दारूची ट्युब वाहाण्याचा अनुभव कामाला आला होता.

संतामाय मला आवडीनं जेवण वाढत होती. हन्नूरात काय काय घडलं ते सांगत होती. कोण मेलं, कोण बाळंत झालं, कोणाचं भांडण झालं, कोणाची बायको कोणाबरोबर जाते अशा अनेक बातम्या ती सांगायची. संतामायनं सांगितलं, 'जुम्मा मुंबईला पळून गेला'. मी गंभीर झालो. 'आता वनीचं कसं होणार?' दादा आला 'त्याने हमालीचे पैसे संतामायला दिले. 'एक किलो ज्वारी, छटाक गोडतेल आणि चार अंडी आण. पोरगं आलंय' संतामायनं दादाला विचारलं, 'कधी जेवतोस?' दादानं झटक्यानं उत्तर दिलं, 'एक गठ्ठा आहे. तो टाकून येतो. तेवढेच चहा आणि बिडीला पैसे होतील. मग जेवतो.' दादा निघून गेला. चंपी कुत्रीही त्याच्यामागे गेली.

मी जेवण केलं. घराबाहेर आलो. बस स्टँडमध्ये बसलेली बाई मला न्याहळत होती. असं नेहमीच व्हायचं. बस स्टँडमध्ये बसलेले पुरुष आमच्या घराकडे पाहायचे. त्यांच्या नजरा वासनेने भरलेल्या असायच्या. बस स्टँडमध्ये एखादी नवखी स्त्री आली की माझीही नजर विचलित व्हायची.

दादा महारवाड्यात दारू पियाला गेला होता. तो अजून आला नव्हता. संतामाय स्वयंपाक करून दादाची वाट पाहात होती. मी रात्रीचं जेवण उरकलं. पावसाळी ढगांमुळे हवेत गारवा माजला होता. मुक्काम गाडी बुऱ्हाणपूरलाच थांबली होती. त्यामुळे सडक सुनी सुनी वाटत होती. बस स्टँड ओसाड वाटत होते. अंधारानं गाव गिळला होता.

चंपी कुत्री भुंकत होती. मी बस स्टँडपुढं गेलो. बाकड्यावर एक साधू बसला होता. कोपऱ्यात साधू हस्तमैथून करत होता. संन्याशाची ती महापूजा पाहून मी ढवळून निघालो होतो. त्याच्या घनघोर तपश्चर्येला रात्रीच्या एकांतानं प्रतिसाद दिला होता.

संन्याशी रात्रीच निघून गेला होता. बाकड्यावर त्याचं वीर्य पडलं होतं. त्याला असंख्य मुंग्या लागल्या होत्या. आता ह्या मुंग्या गरोदर होतील!

सकाळी मसामाय आली. मी सोलापूरला निघण्याची तयारी करत होतो. मसामाय म्हणाली, 'शरणू, तू होर्टीवरून सोलापूरला जा. मी तुला सायकल भाडं

देते. तिथं जुम्मा आहे का बघ. पोरगं कुठं निघून गेलंय कुणास ठावूक?' मी मसामायला होकार दिला. मसामायनं मला पाच रुपये दिले. मी सायकल काढली. दादा आला. 'अभ्यास कर. आमची काळजी करू नको. सायकल हळू मार.' संतामायही दादाच्या सूरात सूर मिसळी. 'सायकल हळू मार.' तेवढ्यात एक माणूस आला तो म्हणाला, 'हणमंता लिंबाळे साप चावून मेला.' संतामाय गंभीर होऊन माझ्याकडं पाहात होती. मी मोठ्यानं हसलो. मसामाय म्हणाली, 'बघ किती दुष्ट आहे. बाप मेला आहे. आणि हासतोय.' माझं हसणं बघून संतामाय आणि मसामाय ही हसत होत्या.

मी सायकलवर टांग टाकली.

मी होर्टीत आलो. जुम्मा तिथंही नव्हता. तो मुंबईला गेला होता. पार्वतीच्या आईनं मला घरात घेतलं. मुक्काम करण्याचा आग्रह केला. पार्वतीच्या बापानं दुसऱ्या दिवशी बैल कापला. 'एवढा बैल संपल्याशिवाय तू जायचं नाही. इथच राहा. तुझ्यासाठी हा बैल कापलाय' पार्वतीच्या बापानं दरडावून म्हटलं. मी काळजीत पडलो. 'एवढा बैल कधी संपणार?' पार्वतीची आई हसत होती. घरभर मटणच मटण दिसत होतं. रक्त आणि माशा. पार्वतीच्या आईनं चुलीवर मटण शिजायला ठेवलं होतं. घरभर मटणाचा वास उदासारखा दरवळत होता. मला मात्र बैल आठवत होता. काल अंगणात बांधलेला. रवंथ करत बसलेला.

मराठवाडा विद्यापीठाला डॉ. बाबासाहेब आंबेडकरांचं नाव देण्याची घोषणा झाली. आमच्या मनात आनंदाचा स्फोट झाला. आम्ही एकत्र आलो. गुलाला उधळला. फटाके उडवले. जल्लोष केला. हा दिवस उत्सवासारखा साजरा केला. दिवसभर बाबासाहेबांच्या आठवणीत जगलो. बाबासाहेब झाले नसते तर आम्हाला स्वाभिमानाचा अर्थ कळला नसता. हक्क अधिकाराची लढाई समजली नसती. बाबासाहेब झाले नसते तर आज आम्ही जनावरे वाळली असती. मेलेली जनावरे ओढली असती. बाबासाहेब झाले नसते तर आम्ही विद्रोही झालो नसतो. क्रांतीची भाषा बोलली नसती. बाबासाहेब म्हणजे लोकशाहीचं जीवंत प्रतिक.

दुसऱ्या दिवशी वर्तमान पत्रांचे रकानेच्या रकाने भरून आले. मराठवाड्यात ठिकठिकाणी सवर्णांनी दलितांवर हल्ले केले होते. दलितांच्या झोपड्या जाळल्या होत्या. जातीय दंगली उसळल्या होत्या. सामाजिक तणाव वाढला होता. वर्तमानपत्रांतील भडक बातम्या वाचून सवर्ण अधिक उत्तेजित होत होते. दंगली संसर्गजन्य रोगाच्या साथीसारख्या फैलावत होत्या. अनेक ठिकाणी दलितांवर अन्याय- अत्याचार सुरू झाले होते. गावोगावी सवर्णांचे जथे दलित वस्त्यांवर हल्ले करू लागले आणि दलित जीव मुठीत घेऊन रानोमाळ पळू लागले. नामांतराच्या उग्र आणि हिंसक

दंगलीमुळं जातियतेचं खरं स्वरूप प्रकट झालं. दलित आणि सवर्णातील भीषण विषमता सर्व तपशीलांसह कळू लागली. जाती व्यवस्थेचं भयानक स्वरूप प्रत्यक्षात दिसू लागलं. सवर्णांच्या मनातली जळमटं व्यक्त होऊ लागली. परिवर्तन, प्रबोधन अशा गोंडस शब्दांमुळे धुसर झालेली विषमता शत्रूसारखी समोर उभी राहिली. नामांतराचा लढा झाला नसता तर ही कटू वास्तवता कळली नसती. आणि माझ्या रक्तात वादळे पेटली नसती. ओठ निषेधाने तटतटले नसते.

दुपारी सिनेमाला गेलो होतो. पोलिस रूमवर येऊन चौकशी करून गेले. मला विद्यार्थ्यांनी सांगितलं, 'तुझ्यावर वारंट निघालं आहे' माझे हातपाय गळाटले. दुसऱ्या दिवशी हन्नूरहून चिठ्ठी झाली. हन्नूरलाही पोलिस गेले होते. कोर्टात हजर राहायचं होतं. तोतया विद्यार्थ्याची केस सुरू झाली होती. दादा आणि काका सोमवारी येणार होते. त्यांनी मला कोर्टात यायला सांगितलं होतं.

सोमवारी मी कोर्टाच्या आवारात गेलो. पहिल्याच गाडीनं दादा आणि काका आले होते. दादा रडत होता. 'काही होवो. मी तुला सोडवून आणेन. मोठा वकील देऊ. पाटील ह्याला मी पोटच्या मुलासारखं वाढवलंय.' काका दादाला शांत करत होता. मी ही गहिवरलो होतो. काकानं ओळखीच्या वकिलाकडं नेलं. कोर्टात जामीन दिला. काकानं सात बाराचा उतारा आणला होता. ठोंबरेही आला होता. त्याच्या वडिलानं माझी प्रेमानं चौकशी केली. 'तू काळजी करू नकोस. कोर्टाचा खर्च मी करेन.' माझा जीव भांड्यात पडला.

तारखा सुरू झाल्या. कार्टात जावं लागायचं. अख्खा दिवस कोर्टात जायचा. कोर्टात बेड्या घालून आणलेले गुन्हेगार, त्यांचे नातेवाईक, पोलिस आणि वकील पाहिले की मन विषण्ण व्हायचं. बी. ए. चं वर्ष पुन्हा काळवंडून गेलं. अभ्यास बुडत होता. शिक्षेची टांगती तलवार मला सदैव अस्वस्थ करायची.

निकालाचा दिवस जवळ आला. मी कोर्टात गेलो. काका आणि दादाही आले होते. निकाल लागला. चांगल्या वर्तनाच्या हमीवर न्यायालयानं माझी सुटका केली. मी न्यायालयाबाहेर आलो. दादा आणि काकानं मला हॉटेलात नेऊन खाऊ घातलं.

संतामायनं चिठ्ठी पाठवली होती. 'गावी यात्रा आहे. येऊन जा.' मी आणि धोंडिराम गावी निघण्याची तयारी करत होतो. भीमाही आमच्या गावी निघाला. आम्ही गावी आलो. यात्रेत फिरलो. रात्री कन्नड नाटक पाहिलं. भीमाला कन्नड कळत नव्हतं. तो म्हणाला, 'मला झोप येत आहे. घरी जाऊ' मी भीमाला घेऊन बस स्टँडवर आलो. बस स्टँडमध्ये अंथरुण टाकलं. झोपलो. बाहेर गावची यात्रेसाठी आलेली माणसं बस स्टँडमध्ये झोपली होती. त्यांचा गोंधळ चालू होता.

त्यामुळं भीमाला झोप येत नव्हती. भीमा त्यांच्यावर चिडत होता. संतामाय झोपेतून उठली. लोकावर चिडली. लोकही चिडले. संतामाय म्हणत होती, 'गोंधळ करू नका.' लोक म्हणत होते, 'आम्ही गोंधळ करणार. तुला झोप येत नसेल तर घरी जाऊन झोप. ही सरकारी जागा आहे. कुणाच्या बापाची नाही.' मी आजवर बस स्टँडला स्वतःचं घरच समजत होतो. आज प्रथमच कळत होतं, ही सरकारी जागा आहे.

मला वाटायचं, आपण चोविस चोविस तास अभ्यास केला पाहिजे. पण गावाकडची परिस्थिती आठवली की कशातंच मन रमायचं नाही. हमाली करणारा दादा, जोगवा मागणारी आजी, दारू विकणारी मसामाय, दारू गांज्याच्या आहारी गेलेला काका, कोवळ्या वयात नवरा बेपत्ता झालेली वनी, वयात येणारी निरमी, बकाल दारिद्र्य आणि उपासमार ह्या आभाळाला ठिगळ कसं लावायचं? तास दोन तास अभ्यास करायचो. नंतर हळूहळू वारुळासारखे परिस्थितीचे दाहक चटके वेढू लागायचे. मी पुस्तक मिटायचो.

नामांतराची मागणी जोर धरत होती. संपूर्ण दलित समाजामध्ये प्रचंड मानसिक ऐक्य निर्माण होत होते. बाबासाहेबांच्या नावासाठी लहान थोर वेडे झाले होते. सवर्णांच्या संघटीत हल्ल्यामुळे दलितांच्या मनात दहशत निर्माण झाली होती. तरीही न डगमगता संघर्षाला सुरुवात झाली होती. नामांतरासाठी हजारो मोर्चे निघाले असतील. आमचाही मंत्रालयावर मोर्चा निघाला होता. मी प्रथमच रेल्वेत बसत होतो, ते ही विदाऊट तिकीट. मोर्चेकऱ्यांनी संपूर्ण रेल्वे खचाखच भरली होती. मला मुंबई पाहायची होती. रमाकांत आणि उमाकांतला भेटायचं होतं. ते भायखळ्याला भाजी मंडईमध्ये हमाली करून जगत होते. त्यांना लहानपणी पाहिलं होतं. आज त्यांना ओळखणं शक्य होतं?

महाराष्ट्रातून मोर्च्यासाठी असंख्य पँथर्स आले होते. हजारो पँथर्स. इतकी विराट शक्ती आणि महाकाय चळवळ मी प्रथमच पाहात होतो. आपण एकटे नाही. आपल्यामागे चळवळ आहे. आपल्यावर कोणीही सहजासहजी अन्याय करू शकत नाही ही भावना मनोमन पटली होती. आम्ही घोषणा देत होतो. मुंबई दणाणून सोडली होती. पँथर्स प्रक्षुब्ध झाले होते. पोलिसांनी मोर्च्यावर लाठी हल्ला केला. पळापळ सुरू झाली. मीही वाट फुटेल तिकडे पळालो.

रात्र रेल्वे स्टेशनवर जागून काढली. सकाळी भायखळ्याला गेलो. भाजी मंडईतल्या प्रत्येक हमालाकडे पाहू लागलो. पण कुठलाच चेहरा ओळखीचा वाटला नाही.

मी आणि धोंडिराम सोनूकडे गेलो की मनमुराद शिळे तुकडे खायचो.

सोनूच्या शेजारी जनाबाई राहायची. तीही झाडूवाली होती. सोनूमुळं तीही ओळखीची झाली होती. सोनूकडं गेलो की लग्नाच्या गप्पा निघायच्या. जनाबाईला मी आवडलो होतो. ती म्हणाली, 'माझ्या बहिणीची मुलगी तुला देईन. ती गावाकडं रहाते. रविवारी तिला बोलावून घेते. तू ये.' मला खूप आनंद झाला होता. मी आणि धोंडिराम म्हणायचो, 'दर रविवारी मुली पाहायला जायचं. जेवण मिळेल. तेवढाच जेवणाचा प्रश्न मिटेल.' भीमा म्हणायचा. 'एक दिवस लोक जोड्यानं मारतील.' मग आम्ही हसायचो.

तारूण्यात आम्हाला मुलीच्या चेहऱ्यापेक्षा भाकरी सुंदर वाटायची. प्रेमापेक्षाही अधिक भूक आम्हाला अस्वस्थ करायची. मला वाटायचं, माणसाला पोट नसतं तर किती बरं झालं असतं. रविवारी मी भीमाचे कपडे घातले. मी आणि धोंडिराम सोनूच्या घरी गेलो. जनाबाई अंगणातच बसली होती. झाडू दुरुस्त करत. ती मला बघून थुंकली. मी आणि धोंडिराम सोनूच्या घरात गेलो. सोनूनं जनाबाईला विचारलं, तसं ती तोंड वेडेवाकडे करत म्हणाली, 'आम्ही काही नासके कुजके नाही. आमच्या खानदानीत कुणचाही पदर डोक्यावरून खाली पडला नाही. आम्ही असल्या तसल्याला पोरगी देणार नाही.' मी अपमानित झालो होतो.

मी 'अक्करमाशी' असल्याचं जनाबाईला कळालं होतं. ती संतापली होती. त्याच दिवशी सोनूचा मुलगा मऱ्याप्पा बार्शीहून आला होता. तो शेजारीच बसला होता. तो बार्शी पंचायत समितीमध्ये शिपाई होता. त्याने दारू पिली होती. जनाबाईचं अपमानास्पद बोलणं ऐकून तो खवळला. त्यानं जनाबाईबरोबर भांडण काढलं, 'आपल्या बौद्ध धर्मात अक्करमाशी बारामाशी असला प्रकार नाही. मी देतो त्यांना माझी मुलगी. तू नको देऊ.' मऱ्याप्पाचा धारदार आवाज ऐकून जनाबाई थंड पडली. मी मऱ्याप्पाकडं पाहिलं. मला ते गौतम बुद्धापेक्षाही थोर वाटले.

मी आणि धोंडिराम हॉस्टेलवर निघून आलो. माझ्या मनात मऱ्याप्पानं घर केलं होते.

दुसऱ्या दिवशी मऱ्याप्पा कांबळे हॉस्टेलवर आले. आम्ही रूममध्येच होतो. ते धोंडिरामचे काका होते. धोंडिरामची आई आणि मऱ्याप्पाची बायको ह्या सख्ख्या बहिणी होत्या. आम्ही चहाला गेलो. मऱ्याप्पा कांबळेनं मला आपली मुलगी देण्याचं निश्चित केल होतं. मला आनंद झाला होता. मी होकार दिला. ते म्हणाले, 'बार्शीला चला. माझ्या मुलीला बघा' मी म्हणालो, 'काही गरज नाही. मी तुमच्या मुलीशी लग्न करेन.'

मऱ्याप्पा कांबळेंना चार मुलं होती. अरूण, हरी, राहूल, सुनिल. एक मुलगी होती. कुसुम. अरूण नेहमीच सोलापूरला यायचा. आमच्या रूमवर मुक्काम

करायचा. त्यामुळं त्याचा परिचय होता. अरुणचा ह्या लग्नाला विरोध झाला. अरूण म्हणायचा 'शरणवर पोलिस केस झाली आहे. तो दारू पितो. वेश्येकडं जातो.'

अरूण सोलापूरला आला होता. मी त्याच्याबरोबर बार्शीला गेलो. मला कुसुमला पाहायचं होतं.

कुसुमला पाहिलं. ती सुंदरच होती. शेवंता आणि राहीपेक्षाही. मला आनंद झाला. मी एक दिवस बार्शीत राहून परत आलो. हन्नूरला चिठ्ठी पाठवली. 'मला बार्शीची मुलगी पसंत आहे.' संतामाय आणि दादा बार्शीला गेले. सारखपुडा करून आले. दादाचा मामा गुलाम हुसेन हवालदार हे बार्शीलाच होते. ते पोलिस कॉन्स्टेबल होते. दादा मामाच्या घरी जाऊन आला.

हरीनं निरमाला पसंत केलं आणि आमचं साटंलोटं झालं.

एक मे रोजी बुद्ध जयंती होती आणि कामगार दिवसही. एक मे रोजी लग्न ठरवलं. मे च्या पहिल्या आठवड्यातंच बी. ए. तृतीय वर्षाची परीक्षा सुरु होणार होती. ठरलेलं लग्न विस्कटू नये म्हणून सर्वजण घाई करत होते. मी आणि निरमाने धर्मशाळा सारवली. रंगवली. आमच्या हाताची सालपटं निघाली होती. आम्ही धर्मशाळेत लग्न करणार होतो.

दुष्काळानं आमचं कंबरडं मोडलं होतं. दुष्काळ संपला तरी दुष्काळाचे परिणाम संपले नव्हते. आम्ही अजूनही परिस्थितीतून सावरलो नव्हतो. आंबेडकर जयंती लग्नातच साजरी करायची ठरवली. बार्शीच्या मंडळींनी लग्न पत्रिकेवर बाबासाहेबांचं चित्र छापलं होतं. काकांनी शिवपार्वतीचं चित्र असलेल्या लग्न पत्रिका छापून घेतल्या होत्या. मी घराच्या भिंतीवर 'जय भीम', 'नमो बुद्धाय' असं लिहिलं होतं. काका म्हणाले, 'ॐ नमो शिवाय लिही.' मी 'जय भीम' बरोबर 'ॐ नमः शिवाय' ही लिहिलं.

आजूबाजूच्या गावच्या भीम गीत गायन पार्ट्या आल्या. केवळ चहा पिऊन त्यांनी भीम गीते म्हटली. जेवणासाठी आपल्या गावी गेले. लग्नाच्या आनंदापेक्षा हे दुःख मात्र खूप दिवस सलत राहिलं.

दुपारची वेळ होती. धर्मशाळेपुढं सर्वजण जमले होते. मी आणि कुसुम खुर्चीवर बसलो होतो. आम्हाला लागूनच हरी आणि निरमा खुर्चीवर बसले होते. बार्शीचे पँथर कार्यकर्ते बुद्ध वंदना म्हणणार होते. बौद्ध पद्धतीनं लग्न लावायचं ठरवलं होतं. पण अचानक जंगम उभा राहिला. त्याने मंगलाष्टक सुरू केले. क्षणतच अक्षताही पडल्या. मी माईक हातात घेतले. 'अजून आमचे लग्न झाले नाही. आमचे लग्न बौद्ध पद्धतीनं होईल. सर्वांनी थांबावं' माझं कोणीच ऐकलं नाही. सर्वजण निघून गेले. काका गावातल्या लोकांबरोबर गेला. दादा बस स्टँडवर

हमाली करत होता. मसामाय दारूचे गिऱ्हाईक करत होती. बार्शीचे पाहुणे मंडळी आणि महारवाड्यातील काहीजण थांबले होते. कार्यकर्त्यांनी पंचशील त्रिशरण जमेल तसं म्हटलं. पुष्प वर्षाव झाला. आमचं लग्न चर्चेचा विषय झाले होते.

लग्नानंतर बार्शीचे पाहुणे गेले. जाताना त्यांनी निरमाला घेऊन गेले. कुसुमही गेली. मी सोलापूरात उतरलो. अभ्यास सुरु केला.

उद्या परीक्षा सुरू होणार तर आज अरूण आला. त्याने मला बार्शीला नेले. बार्शीत मंडप टाकला होता. सासऱ्याने आमचे पुन्हा लग्न लावले. त्यादिवशी बार्शीत राहिलो. दुसऱ्या दिवशी सरळ परीक्षेला पोहचलो. एकामागून एक पेपर दिले. परीक्षा संपली. गबाळ गुंडाळून गावी आलो.

उन्हाळी सुट्टी सुरू झाली होती. मी कुसुमला आणण्यासाठी बार्शीला गेलो. सासरवाडीच्या लोकांनी माझ्याबरोबर भांडण काढलं. सासू म्हणायची, 'तुम्ही नासके होता. आम्ही तुमचा उद्धार केला. नाही तर उकिरडयावर पडला असता.' सासरा म्हणायचा, 'तुमच्या घरचं वातावरण चांगलं नाही. तुमच्या घरी दारूधंदा आहे. घर बस स्टँडवर आहे. आम्ही आमच्या पोरीला पाठवणार नाही. तुमच्या घरातील वातावरणामुळे आमची पोरगी बिघडेल.' मी बिघडलो. आमची भांडणं झाली. मी हन्नूरला आलो. संतामायला सांगितलं. संतामाय म्हणाली, 'तू लग्न केलंस, तर तिच्याबरोबर झोपून खरा हो.' मसामाय म्हणायची, 'तिला नांदवायचं नाही. तिला तसंच सडू दे.'

उन्हाळी सुट्टी कंटाळवाणी वाटू लागली. प्रत्येकजण बायकोला कधी आणणार म्हणून विचारायचा. मी अस्वस्थ व्हायचो. बायकोला पळवून आणायचं ठरवलं. पुन्हा बार्शीला गेलो. माझ्याबरोबर सासूनं भांडण सुरू केलं. मीही भांडलो. सासू म्हणाली, 'आम्ही पोरीला पाठवणार नाही. तुम्हाला नोकरी लागल्यानंतरच पाठवू.' मला हे सगळं असह्य व्हायचं. मला नोकरी कधी लागणार? मी कधी बायकोला नेणार? मी तर लग्नाबद्दलच्या रोमँटिक कल्पनांनी भारावून गेलो होतो. सासूबरोबर भांडून मी परत आलो.

उन्हाळ्याची सुट्टी हन्नूरात काढली. परीक्षेचा निकाल लागला. मी पास झालो. चव्वेचाळीस टक्के गुण मिळाले होते. मॅट्रिकला अडुसष्ट टक्के गुण मिळाले होते. बी.ए. ला सर्व गुणवत्ता धुळीस मिळाली होती. मी एल्. एल्. बी. करायचं ठरवलं. मित्रांनी माझं मत परिवर्तन केलं. त्याचं म्हणणं की, 'वकिली चालणार नाही. एल्. एल्. बी. ला तीन वर्षे लागतील. वकिली चालण्यासाठी गाडी, बंगला आणि चांगली पर्सनॅलिटी लागते. त्यापेक्षा एम्. ए. दोन वर्षात होईल. प्राध्यापकाची नोकरी मिळेल.' मी सर्वांचं ऐकलं. एम्. ए. ला प्रवेश घेतला. इंग्रजी परवडणारी

नव्हती म्हणून मराठी विषय घेतला.

हॉस्टेलची सुविधा बी.ए. पर्यंतच होती. एम्.ए.ला हॉस्टेल नव्हते. सोलापूरात भाड्याने खोली घेऊन राहाणे शक्य नव्हते. काही दिवस गजरा मामीच्या घरी राहिलो. दररोज वर्तमानपत्रातल्या जाहिराती वाचून नोकरीसाठी अर्ज करु लागलो. गजरा मामीच्या घरी खूप काळ राहाणे शक्य नव्हते. हन्नूरात करमत नव्हते. मी पुन्हा बार्शीला गेलो.

माझा मोठा मेहुणा अरूण. हा पँथरचा कार्यकर्ता होता. तो चौकात गप्पा मारत उभा होता. त्याने माझी सर्व पँथर्सना ओळख करून दिली. आम्ही सर्वजण चळवळीवर बोलू लागलो. इतक्यात दादाचा मामा गुलाम हुसेन हवालदार जवळूनच जात होता. त्याने मला पाहिले. सायकल थांबवली. माझ्याशी बोलला. 'घरी ये' म्हणून निघून गेला. पँथर मित्राने विचारले, 'तुमची ह्यांची ओळख कशी?' मी सहज बोलून गेलो. 'ते आमचे पाहुणे आहेत.' दलित पँथर्सना प्रश्न पडलेला, 'गुलाम हुसेन हवालदार हा मुसलमान माणूस. लिंबाळेचा पाहुणा कसा?' सर्वजण मूग गिळाले होते. संध्याकाळी सासरा पिऊन आला. त्याने माझ्याबरोबर भांडण काढले. सासूही माझ्यावर चिडली होती. सासरा बोलू लागला, 'माझा मुलगा दलित पँथरचा अध्यक्ष आहे. तुम्ही मुसलमानाला पाहुणा म्हणताय? आम्हाला लोकात खाली मान घालण्याची वेळ आली आहे. तुम्ही बारामाशी आहात म्हणून आम्ही सर्वांना सांगितलंय. थोडं मानमर्यादिनं वागा. नाही तर आमच्या दाराला येऊ नका.' मला डागल्यासारखं झालं. आमचं भांडणं लागलं की कुसुम गलबलून जायची. तिला अक्करमाशी बारामाशी हा प्रकार कळायचा नाही. मी बार्शीत चार दिवस राहिलो. कुसुमबरोबर बोललो. कुसुम माझ्याबरोबर यायला तयार झाली. मी कुसुमला घेऊन निघालो. सासू बाहेर गेली होती. अचानक ती वाटेत आडवी आली. तिनं मला अडवलं. मी तिचं ऐकलं नाही. टांगा केला. मी आणि कुसुम टांग्यात बसलो. तोपर्यंत सासरा आला. त्याने कुसुमला टांग्यातून उतरविले. तिच्या हातातल्या पिशव्या फेकून दिल्या. माझ्या प्रयत्नावर पुन्हा पाणी पडले. सासरा कुसुमला ओढून नेऊ लागला. तशी कुसुम 'शरण ऽ' म्हणून ओरडली. मी धाडस केले. पळत गेलो. सासऱ्याच्या तावडीतून कुसुमची सुटका केली. आम्ही टांग्यात बसलो. बस स्टँडवर आलो. तोपर्यंत चौघे मेहुणे सायकलीवर बस स्टँडवर आले होते. कुसुम स्वत: माझ्याबरोबर निघाली होती. त्यामुळे सर्वांचा नाईलाज झाला होता. 'कुसुमला मारू नका' म्हणून सर्वजण मला पुन:पुन्हा सांगत होते.

मी कुसुमला घेऊन हन्नूरला आलो. घरी सर्वांनाच आनंद झाला होता.

दादा आणि संतामाय बस स्टँडमध्ये झोपायला जायचे. मी आणि कुसुम

घरात झोपायचो. बस स्टँडमधली माणसं आमच्याकडं पाहायची. त्यांच्या नजरा सवयीच्या झाल्या होत्या. मी कुसुमला रागावयाचो, ‘तू बस स्टँडकडे पाहू नकोस.’ संतामाय म्हणायची, ‘बाईच्या जातीला मारून ठेवलं पाहिजे. नाही तर ती डोक्यावर बसते.’ कुसुम वाकडा भांग पाडायची. संतामाय म्हणायची, ‘सरळ भांग पाड.’ कुसुम खांद्यावरून पदर घ्यायची. संतामाय म्हणायची, ‘डोक्यावरून पदर घे.’ ‘कुंकू लाव.’ मी गप्प बसायचो. मला वाटायचं, कुसुमचं प्रशिक्षण सुरू झालं आहे.

कुसुमला येऊन आठ दिवसही झाले नाहीत मला नोकरीचा कॉल आला. टेलिफोन ऑपरेटरच्या ट्रेनिंगसाठी नाशिकला जायचं होतं. मला आनंदही झाला होता आणि वाईटही वाटत होतं. कुसुमला सोडून जाणं जीवावर आलं होतं. मी बार्शीला पत्र लिहिलं. नोकरी लागल्याचं पहिलं कळवलं. त्यांनी नोकरी नाही म्हणून माझ्याशी भांडलं होतं.

मी ट्रेनिंगसाठी नाशिकला गेलो. सर्वप्रथम मी काळा राम मंदिरात गेलो. काळा राम मंदिरात अस्पृश्यांना प्रवेश मिळावा म्हणून बाबासाहेबांनी सत्याग्रह केला होता. आज मला इथं कोणीही अडवत नव्हतं. बाबासाहेबांच्या आठवणीनं मन भरून आलं.

नाशिकमधला तीन महिन्याचा काळ खूप कठीण गेला. ह्या काळात मी कुसुमला पत्रे लिहायचो. कुसुम मला.

एकदाची ट्रेनिंग संपली. आणि मला अहमदपूरची पोस्टिंग मिळाली. हे नाव मी प्रथमच ऐकलं होतं. त्यामुळं नाराज झालो. हन्नूरला आलो. बस वळत असताना खिडकीतून कुसुम दिसली. ती बार्शीला गेली नव्हती. दोन दिवस हन्नूरमध्ये राहून अहमदपूरला निघालो. पगार झाल्यानंतर कुसुमला घेऊन जायचं ठरवलं.

अहमदपूरमध्ये उतरलो. नामांतर आंदोलन चिघळलं होतं. सवर्ण आंदोलकांनी टेलिफोन एक्सचेंज जाळलं होतं. अहमदपूरमधल्या आमदाराच्या घराची नासधूस केली होती. दंगलखोरांवर पोलिसांनी गोळीबार केला होता. त्यात दोघेजण ठार झाले होते. अशा शहरात मी पाय ठेवला होता. अहमदपूरच्या टेलिफोन एक्सचेंजमध्ये सुधीर गव्हाणे हे टेलिफोन ऑपरेटर होते. ते सोलापूरचे. आम्ही दोघे एकाच कॉलेजचे विद्यार्थी. त्यांच्यामुळे मला धीर आला. मी त्यांच्याशी मैत्री केली. ते लेखक होते. मराठवाडा विद्यापीठाला डॉ. बाबासाहेब आंबेडकरांचे नाव द्यावे म्हणून ते लेख लिहित असत. ह्या काळात मी प्रेम कविता लिहित होतो. सुधीर गव्हाणेमुळे मी दलित साहित्याकडे वळालो. दलित कविता लिहू लागलो. सुधीर गव्हाणे सवर्ण असूनही ते दलितांच्या बाजूचे होते. त्यामुळे त्यांच्याविषयी आदर वाटायचा.

अहमदपूर हे संवेदनाक्षम असं शहर होतं. दलित आणि सवर्णात दरी निर्माण झाली होती. माझ्या मनावर दडपण आले होते. प्रत्येक सवर्ण तरूण मला मारेकरी वाटायचा. रस्त्याने पाच सहा सवर्ण तरूण मिळून येताना दिसले की ते हल्लेखोरांसारखे वाटायचे. मी माझी जात चोरून अहमदपूरमध्ये राहू लागलो.

दलितांना मिळणाऱ्या सवलती. शिक्षणाने स्वाभिमानी झालेला दलित समाज. चळवळीनं उभा राहिलेला बंडखोर दलित तरुण. नोकऱ्यांमुळं सुखी जीवन जगणारा अस्पृश्य. धर्मांतरामुळं दलितांनी नाकारलेली हिंदूंची कामं. हजारो वर्षे लाचारीनं वागणारा दलित समाज आपल्या बरोबरीनं वागतो आहे ह्यामुळं चिडलेला हिंदू समाज. सवर्णांना नामांतराचे निमित्त मिळाले होते. 'दलितांचे किती लाड करायचे. बाबासाहेब आंबेडकरांचे नाव विद्यापीठाला दिलं, तर एका अस्पृश्याचं नाव आमच्या प्रमाणपत्रावर येईल' अशी भावना सवर्णात पसरली होती. मग्रूर दलितांची हत्त्या करण्याचे सत्र सुरू झाले होते. दलितांनी गाव सोडणं सुरू केलं होतं.

पगार झाला. मी हन्नूरला आलो. कुसुम माझी वाट पाहात होती. मसामाय म्हणाली, 'सोबत वनीला घेऊन जा. तू ऑफिसला गेल्यावर ती घरी राहिल. कुसुमला जोडी होईल.' मला मसामायचा सल्ला पटला. वनीचा नवरा जुम्मा पळून गेलेला अजून आला नव्हता. मी, कुसुम आणि वनी अहमदपूरला निघालो. एक ताट, एक तांब्या, एक संतरजी, एक चादर एवढंच सामान होतं. मसामायनं दिलेल्या पेटीत सामान भरलं. कपडे पिशव्यात भरले. सुनी आणि पमीनं बसमध्ये अगोदर जाऊन जागा पकडली होती.

मी खिडकीजवळ बसलो होतो. संतामाय, मसामाय आणि चंदामाय खिडकीजवळ उभ्या होत्या. बस माणसांनी भरली होती. दादा बसवर हमाली चढवत होता. कंडक्टर तिकीट फाडत होता. संतामाय मला परिस्थितीची जाणीव करून देत होती. दादा बसमध्ये पाणी घालत होता. गाडी सुटण्याची वेळ झाली होती. दादा बसमध्ये आला. लोकांकडून हमालीचे पैसे घेत माझ्याजवळ आला. दादा म्हणाला, 'आमची काळजी करू नको. आम्हाला पैसे पाठवू नको. तुझं तू खा. आमचं आम्ही भागवू.' कंडक्टर दादाला 'खाली उतर. वेळ झालीय' म्हणत होता. दादा म्हणायचा, 'हा माझा नातू आहे. टेलिफोनचा साहेब आहे.' बसमधली सर्व माणसं माझ्याकडं आणि दादाकडं बघायची. मला लाज वाटायची. कंडक्टरनं बेल मारली. बस निघाली. आवरलेले अश्रू आपोआप डोळ्यात गच्च भरून आले. दादा, संतामाय, मसामाय, चंदामाय, सुनी आणि पमीनं निरोपासाठी हलवलेला हात कितीतरी वेळ माझा पाठलाग करत राहायचा. गळा भरून यायचा. मी स्वत:ला सावरायचो.

'लिंबाळे' म्हटले की मला 'लिंगायत' समजायचे. मी ही गप्प राहायचो. मी

लिंगायत गल्लीत राहू लागलो. धोंडिराम आणि भिमाला पत्र लिहिलं. त्यांना नामांतर आंदोलनाची तीव्रता कळवली. पत्रात 'जय भीम' असं लिहू नका म्हणून कळवलं. मी जात चोरून रहात होतो. मला भिती वाटत होती. माझी जात कळाली तर मला घराबाहेर काढतील. माझा छळ करतील. मला नोकरी सोडून पळून जावं वाटायचं. मी बदलीसाठी अर्ज केला.

वनी शहाणी झाली होती. गावी कळवलं. दादा आणि संतामाय वनीला नेण्यासाठी आले. संतामायनं दोन किलो बैलाचं मटणं शिजवून आणलं होतं. मला संतामाय आणि दादाचं दरिद्री रूप लाजिरवाणं वाटत होतं. संतामायनं मटणाचं गाडगं सोडलं. मी दारं आणि खिडक्या बंद करून घेतल्या. घरभर मटणाचा वास सुटला होता. संतामायनं माझ्यासाठी नळी आणली होती. मी संतामायवर खवळलो. संतामाय माझ्या पाठीवरून हात फिरवत म्हणाली, 'बाबा, तुला इथं खायला मिळत नाही. खा. कोण बघतंय. आम्हीही खातो.' मी अडचणीत आलो होतो. आम्ही रात्री मटण खाल्लं. हाडे बाहेर नेऊन टाकली. मला आगीतून बाहेर पडल्यासारखं वाटलं. मनावरचा ताण कमी झाला. सकाळी उठून पाहातो तर कुत्री हाडं चघळत बसलेली. मी परत आवाक् झालो. जणू ती कुत्री मलाच फाडून खात होती.' लिंगायत गल्लीत ही हाडं कशी आली' ह्याची चर्चा सुरू झाली. आम्ही मौन धारण केलं होतं. संतामाय आणि दादाचा आम्हाला आणखी एक त्रास व्हायचा. संतामाय नवरा मेल्यापासून कुंकू लावत नव्हती. गळ्यात मंगळसूत्रही नव्हतं. त्यामुळं ती विधवा वाटायची. पण सोबत दादा नवऱ्यासारखा असायचा. त्यामुळं शेजारच्या स्त्रिया कुसुमला संतामाय आणि दादाचं नातं विचारायच्या. एका तर शेजारणीनं संतामायसाठी कुंकू पाठवून दिलं होतं. संतामायनंही कुंकू लावलं. आम्हाला आमच्या भूतकाळाची लाज वाटायची. दादाही आपली जात चोरून ठेवायचा. संतामाय आणि दादा दोन दिवस राहून गेले. वनी त्यांच्याबरोबर गेली.

कुसुम त्यावेळी चौदा वर्षाची होती, तर मी बावीस वर्षाचा. शरीरानेही आम्ही दोघे खूपच किरकोळ होतो. त्यामुळं लहान वाटायचो. लोकही आमच्याकडं कौतुकानं बघायचे. घरात सामान नव्हतं. प्रत्येक पगाराला सामान घेत गेलो. हळूहळू घरात सामान वाढू लागलं.

अहमदपूरमध्ये राहून अपूर्ण शिक्षण पूर्ण करता आलं नाही. एम्. ए. चे पहिले वर्ष संपले होते. परीक्षा देता आली नाही. पण एम्. ए. च्या दुसऱ्या वर्षाला प्रवेश घेता येत होता. एकाच वेळी दोन्ही वर्षाच्या परीक्षा देता येत होत्या. मी सोलापूरला जाऊन एम्. ए. च्या दुसऱ्या वर्षाला प्रवेश घेऊन आलो. एकदम दोन वर्षाच्या परीक्षा देण्याचा निश्चय केला. पण अहमदपूरमध्ये राहून वेळेत परीक्षा अर्ज

भरणे शक्य झाले नाही. शिवाय दोन वर्षाची फी बाकी होती. इतकी फी भरणेही शक्य झाले नाही. मी शिक्षणाचा नाद सोडून दिला.

हन्नूरहून पत्र आलं. चंदामाय मरण पावली होती. मी आणि कुसुम पत्र वाचून रडलो.

मी कविता लिहियाचो. सुधीर गव्हाणे माझ्या कवितांची स्तुती करायचे. त्यांच्या लेखनात आणि भाषणात माझ्या कवितेच्या ओळी वापरायचे. त्यांनीच माझ्या कविता अस्मितादर्शकडे पाठवल्या. अस्मितादर्शमध्ये माझ्या कविता प्रकाशित होऊ लागल्या. अस्मितादर्श लेखक-वाचक मेळाव्याला मी न चुकता जाऊ लागलो. अनेकांच्या ओळखी होऊ लागल्या. दलित लेखक कसा बोलतो, कशा गप्पा मारतो, कशी चेष्टा मस्करी करतो हे डोळे भरून पाहायचो. दलित लेखकांचे कपडे, त्याचे चालणे, त्याचे बसणे-उठणे मी मनात साठवत होतो. दलित लेखकांमधील आत्मियता, आवेश, आक्रमकता, बांधिलकीने मी दिपून जात होतो. अस्मितादर्श मेळावे म्हणजे माझ्यासाठी कार्यशाळाच होत्या. दलित कवी म्हणून माझाही उल्लेख होऊ लागला होता.

मला मुलगी झाली. अस्मितादर्शच्या प्रभावामुळं तिचं नाव अस्मिता ठेवलं.

दलित माणसं माझ्या ऑफिसमध्ये येत होती. घरी येत होती. दलित विद्यार्थी मला भेटत होते. दलित लेखक म्हणून माझ्याशी चर्चा करत होते. प्रत्येक कार्यक्रमात मला सहभागी करून घेत होते. माझ्या लेखनामुळं, भाषणांमुळं माझी जात सर्वांना कळाली होती. आता झाकून ठेवण्यासारखे काय शिल्लक राहिले होते?

मऱ्याप्पा कांबळे. माझा सासरा मरण पावला. माझ्या आयुष्यातील एक संत अर्ध्यावरच निघून गेला.

बाबासाहेब आंबेडकर जयंती जवळ येत होती. सर्वजण जयंतीच्या तयारीला लागलो होतो. जयंतीसाठी संयोजन समितीची निवड करायची होती. बैठकीचे निमंत्रण होते. पण मी गेलो नाही. कारण आदल्या दिवशी काहीजण मला भेटून गेले होते. 'लिंबाळेसाहेब आपण बारामाशी आहोत. ती खाल्लाकडली मंडळी अक्करमाशी आहेत. हे तुम्हाला माहीत नाही. उद्या मिटिंगमध्ये त्यांची बाजू घेऊ नका. अध्यक्ष आपला असला पाहिजे. बारामाशी.'

मी ह्या विराट चळवळीला अक्करमाशी आहे म्हणून कळालो तर?

माझी बदली लातूरला झाली. नव्या शहरात पुन्हा घराचा प्रश्न निर्माण झाला. परत शत्रूसारखी जात सोबत. इतकं मोठं शहर. पण भाड्यानं घर मिळायचं नाही. प्रत्येक ठिकाणी स्पष्टपणे सांगायचे, 'मुसलमान आणि महार भाडेकरू ठेवायचे नाहीत.' मी अधिक न बोलता पळ काढायचो. घरापुढं तुळस दिसली.

घरात राम, शंकराचे फोटो दिसले की तिथं आम्ही चौकशी न करता पुढं सरकायचो.

आम्हाला भीमनगरमध्ये घर मिळालं. तीन पत्र्यांची खोली. स्मशानभूमीच्या भिंतीवर पत्रे टाकून ही खोली बांधली होती. घरामागे स्मशानभूमी होती. इथं शहरातील प्रेते जाळत. घरामागे प्रेत जळू लागले की धूराचा लोट आमच्या घरावरून जायचा. कधी कधी दोन प्रेतं जळत असायची. तेव्हा जळणाऱ्या प्रेताचा वास घरात यायचा. अस्मिता नेहमीच आजारी असायची. घरामागचं स्मशान झोपू द्यायचं नाही. मी स्मशानभूमीच्या पाया पडायचो. जागा चांगली नाही. घर बदललं पाहिजे. पण घर कोठे मिळणार?

आर्थिक ओढाताण खूप व्हायची. अस्मिता आजारी पडल्यावर जीव हैराण व्हायचा. औषधाला पैसे नसायचे. माझं मानसिक संतुलन बिघडायचं. मी चिडायचो. सर्व राग कुसुमवर काढायचो.

मी आणि कुसुम हन्नूरला आलो. हन्नूरची खूप पडझड झाली होती. गाव ओस पडला होता. अनेक माणसं जगण्यासाठी गाव सोडून गेली होती. गावात नव्या सुना आल्या होत्या. सडकेचं डांबरीकरण झालं होतं. नळ योजना सुरु झाली होती. ग्रामपंचायत कार्यालयाची नवी इमात बांधली होती. गावात एम्.एस्.ई.बी.चं नव ऑफिस आलं होतं. गावात नर्स आली होती. लहान मुलं मोठी झाली होती. महारवाड्यातही एक शिक्षक भाड्याने राहायला आले होते. मला भीमनगरमधले माझे घर आठवले.

पमी आणि इंदिराचं लग्न झालं होतं. मला काहीच कळवलं नव्हतं. त्यांना अक्कलकोटमध्ये दिलं होतं. मालन नावाची मुसलमान बाई होती. तिला स्वामी नावाच्या लिंगायत माणसाकडून दोन मुलं झाली होती. त्यांना पमी आणि इंदिराला दिलं होतं. वनी त्यांच्याकडे अक्कलकोटला गेली होती. दुसऱ्या दिवशी वनी आली. तिच्यामागून एक माणूस आला. हा अक्कलकोटमध्ये दारू गांज्या विकत होता. त्याला अनेकवेळा जेल झाली होती. त्याने आपल्या पहिल्या बायकोचा खून केला होता. त्याचं नाव इंडे होते. तो आमच्या घरी दारू पियाला आला. त्याने काकाला दारू पाजली. आपला मनोदय व्यक्त केला. काकानंही होकार दिला. वनी आणि इंडेचं लग्न जमलं. इंडे वनीपेक्षा वीस वर्षांनी मोठा होता.

आम्ही हन्नूरहून बार्शीला गेलो. बार्शीत दोन दिवस राहून लातूरला आलो.

घरावरून प्रेत यात्रा जात होती. मी कुसुमला म्हटलं, 'मी मेल्यावर काय करणार? जाळणार की पुरणार?' ती म्हणाली, 'जाळणार. पुरलं तर प्रेत कुजतं. मुंग्या लागतात. जाळलं तर एका दिवसात सर्व नष्ट होतं.' मी म्हटलं, 'मला भाजेल ना!' ती म्हणाली, 'प्रेताला काही होत नाही.' मग मी म्हणालो, 'ठीक आहे. जाळून

टाक.' आम्ही घरात आलो. घरावरून चितेचा धूर वर आभाळात जाताना दिसत होता.

माझी बदली सोलापूरला झाली होती.

पाच वर्षानंतर मी पुन्हा सोलापूरात वास्तव्याला आलो होतो. मी सामान घेऊन गजरा मामीच्या घरी गेलो. कुसुम बाळंतपणासाठी बार्शीला गेली.

गजरा मामीकडे एक खोली रिकामी होती. मी त्या खोलीत भाड्याने राहू लागलो. मोतीराम मामा आणि गजरा मामीचा चांगला परिचय होता. सोलापूरही परिचयाचे होते. त्यामुळे इथे कसला त्रास झाला नाही. गावाजवळ आलो म्हणून आनंद झाला होता. आता अपूर्ण शिक्षण पूर्ण करता येणार होते. सोलापूरात जुने मित्र भेटत होते. अनेकजण चांगल्या नोकरीत होते. बरेच बेकारही होते.

मला मुलगा झाला. त्याचं नाव अनार्य ठेवलं. पण ते कोणालाच म्हणता येईना. सर्वजण त्याला अमोल म्हणू लागले. कुसुम गजरा मामीच्या घरी राहायला आली. गजरा मामीचा पूर्व परिचय असल्याने मी तिच्या घरात मिळून मिसळून वागायचो. आमचे संबंध घर भाड्यापुरते नव्हते. गजरा मामीही आमच्या घरात यायची. बसायची. त्यामुळं कुसुम बेचैन व्हायची. तिचा वेळ गजरा मामी घेत होती. त्यामुळे कुसुम चिडत होती. आमची भांडणं व्हायची. मी कुसुमला मारायचो. वस्तीत ह्या भांडणांची वाईट चर्चा व्हायची. एक दिवस माझे आणि गजरा मामीचे प्रेम संबंध आहेत अशी चर्चा सुरू झाली.

गजरा मामी माझ्याकडं आली. तिने हात जोडले. आणि तात्काळ घर खाली कर म्हणून सांगितले. मी ही लगेच घर सोडले. त्याच वस्तीत दुसऱ्या ठिकाणी राहायला गेलो. आम्ही राहात होतो, ती झोपडपट्टी होती. सार्वजनिक संडास. सार्वजनिक पाणी. तीन पत्र्याची खोली. कुसुम मुलांना घेऊन कॉटवर झोपायची. मी कॉटखाली. ह्याच वस्तीत कॉलेज जीवनातला मित्र अशोक जेटीथोर राहात होता. त्याच्यामुळे पुन्हा एकदा शिकण्याची इच्छा वाढली. पण आर्थिक घडी विस्कटलेली होती. पगारात घर चालविणे अवघड होई. महिन्यातले पहिले दहा दिवस चांगले जायचे. त्यानंतरचे दहा दिवस विवंचनेत जायचे. शेवटचे दहा दिवस पगाराची वाट पाहाण्यात आणि उधारी-उसनवारीत जायचे. आर्थिक ओढाताणीमुळं मी कुसुमवर चिडायचो. माझी दोन वर्षाची फी थकली होती. फी भरल्या शिवाय शिक्षण पूर्ण करणे शक्य नव्हते. पैशाची बचत करण्यासाठी मी प्रथमच बँकेत खाते काढण्याचे ठरवले.

खाते काढण्यासाठी मी आणि अशोक जेटीथोर बँकेत गेलो. अर्ज भरला. अर्जात पूर्ण नावाच्या ठिकाणी 'शरणकुमार लिंबाळे' इतकेच लिहिले होते. बँकेत

वाद सुरू झाला. बँक मॅनेजरचं म्हणणं 'शरणकुमार लिंबाळे' हे पूर्ण नाव होऊ शकत नाही. तुम्ही वडिलाचं नाव लिहा. वडिलांशिवाय माणूस तरी कसा जन्मू शकतो? मी हट्टाला पेटलेलो. मी म्हणायचो, 'मला वडील नाहीत.' मॅनेजर म्हणायचे, 'मला पण वडील नाहीत. तरी पण मी वडिलांचे नाव लावतोय. त्यांना मरून पाच वर्षे झालीत.' मी वैतागलेला. अशोक जेटीथोरनं मध्यस्थी केली. 'साहेब, हे कुठल्या बापापासून जन्मलेत हे ह्यांना माहीत नाही. ह्यांना बापाचं नाव माहीत नाही. तर ह्यांनी बापाचं नाव म्हणून कुणाचं नाव लिहावं?' बँक मॅनेजर गोत्यात आलेला.

सुनीचं लग्न झालं. आम्ही रहात होतो त्याच झोपडपट्टीत तिला दिलं. मुलाची आई महानगरपालिकेत झाडूवाली होती. महाराची होती. मुलाचे वडील नगरसेवक होते. बेरडाचे.

टेलिफोन खात्यात सातेक वर्षे नोकरी केली. मनासारखं वाचता आलं नाही. पुस्तकं मिळायची नाहीत. दारिद्र्य ओलांडण्यासाठी सतत नव्या नोकरीसाठी अर्ज करत होतो. चांगली नोकरी मिळाली पाहिजे. त्यासाठी शिकलं पाहिजे. मी आणि अशोक पुढच्या दिशा शोधत होतो.

सोलापूरात नव्याने आकाशवाणी केंद्र सुरू झाले होते. तिथं उद्घोषकाची जागा भरायची होती. मी अर्ज केला. मुलाखत झाली. माझी निवड झाली. मला आनंद झाला. मला नवी नोकरी मिळाली होती. मी टेलिफोन ऑपरेटर ह्या पदाचा राजीनामा दिला. आकाशवाणीत रुजू झालो. चार पाचशे रुपयांनी पगार वाढला होता. माझा आवाज चांगला नव्हता. उच्चार चांगले नव्हते. माझ्याविषयी श्रोत्यांकडून तक्रारींचे पत्रं यायचे. मला असुरक्षित वाटायचं. मला माझ्या बोलीचा त्रास व्हायचा. चारचौघात मोकळे बोलतानाही मनावर दडपण यायचं. माईक पाहिला की आत्मविश्वास नष्ट व्हायचा. श्रोत्यांची भीती वाटू लागायची. उच्चार चुकायचे. प्रसारणावरही त्याचा परिणाम व्हायचा. हृषिकेश अयाचित आणि सुनिता तारापुरे हे मल मदत करायचे. त्यांच्या मैत्रीमुळे मी नोकरीत रमू शकलो. ह्या दोघांची मैत्री मी कधीही विसरू शकणार नाही. मी त्यांच्यावर मनापासून प्रेम केले. भांडलो. आणि त्यांनीही तसंच केलं.

संतामाय घरी आली की घरातल्या सामानाकडं पाहायची, 'शरणूनं चांगला संसार केलाय.' म्हणायची. घरात पाण्याची टाकी घेतली होती. लोखंडी कपाट घेतले होते. भांडी घेतली होती. हप्त्याने ब्लॅक आणि व्हाईट टी. व्ही. खरेदी केला होता. गॅस घेतला होता. संतामायला ह्या वस्तूंचं अप्रूप वाटायचं. तिनं मातीच्या भांड्यात संसार केला होता. दादा म्हणायचा, 'मी शिकवलं म्हणून झालं हे सगळं.' संतामाय

त्याच्यावर ओरडायची. दोघांची भांडणं सुरू व्हायची. मी त्यांच्यावर ओरडायचो. मग ते शांत व्हायचे.

दादा आणि संतामाय येऊन गेल्यावर मी आणि कुसुम त्यांच्या आठवणी काढून बोलत बसायचो. कुसुम त्यांच्या गंमती सांगायची. त्यांच्या गंमती आठवून आम्ही हसायचो.

मला मुलगी झाली. तिचं नाव अनघा ठेवलं. अस्मिता बालवाडीत जात होती. अमोल रांगत होता. श्रीकांतला शिकण्यासाठी सोलापूरला आणलं. तो शिकला नाही. मध्येच निघून गेला. सुनीही नांदली नाही. ती ही पळून गेली. तिच्या नवऱ्यानं दुसरं लग्न केलं. पमी आणि इंदिराचंही लग्न मोडलं होतं. नागीला मुलगा झाला होता. मसामायनं दारू धंदा बंद केला होता. आता नागीनं दारूधंदा सुरू केला होता. निरमी दिल्या घरी राहात होती. तिलाही मुलगा झाला होता. काका यायचे. घरी राहून जायचे. मी ही हन्नूरला जायचो. 'रेडिओत बोलणारा माणूस' म्हणून लोक कौतुकानं बघायचे.

आकाशवाणीतल्या नोकरीमुळं दयानंद महाविद्यालयातील प्राचार्य बनसुडे ह्यांची ओळख झाली होती. ते म्हणाले, 'कुठं आकाशवाणीत अडकून पडलात. एम्.ए. करा. बाहेर पडा. कुठल्या तरी महाविद्यालयात प्राध्यापक म्हणून लागा. तुम्ही लेखक आहात. तुमची बाहेर गरज आहे' मी सरांना माझा एम्.ए. चा इतिहास सांगितला. त्यांनी क्लार्कला बोलावून घेतलं. मला किती फी भरावी लागणार आहे हे विचारून घेतलं. मी सहकारी बँकेतून कर्ज काढले. फी भरली. दोन वर्षाच्या परीक्षेचा अर्ज भरला. अभ्यासाची तयारी सुरू केली.

एम्. ए. ची परीक्षा सोमवारपासून सुरू होणार होती; तर शनिवारी रात्री वनीने स्वत:च्या अंगावर रॉकेल ओतून पेटवून घेतलं होतं. रात्रीच तिला अक्कलकोटहून सोलापूरला आणलं होतं. सिव्हिल हॉस्पिटलमध्ये ॲडमिट केलं होतं. वनी पेटल्यावर तिला कोणीच विझवलं नाही. अक्कलकोटमध्ये तिला कोणीच दवाखान्यात घेतलं नाही. रात्री रिक्षा करून तिला सोलापूरला आणलं होतं. अक्कलकोट ते सोलापूर हे चाळीस किलोमीटर अंतर होतं. इतका प्रवास! रिक्षाने! सत्त्यांऐंशी टक्के भाजली असताना! मला केवळ असह्य झालं होतं. मी ओळखीच्या डॉक्टरची भेट घेतली. त्यांनी सांगितलं, 'ही मरेल. सत्त्याऐंशी टक्के भाजली आहे. जास्तीत जास्त पाच दिवस जगेल.' मला मानसिक धक्का बसला. मी सिव्हिल हॉस्पिटलमध्ये लिंबाच्या झाडाखाली बसून ढसाढसा रडलो.

दिवसभर दवाखान्यात फिरायचो. कोर्टात जायचो. पोलिस चौकीवर जायचो. हन्नूरहून सर्वजण आले होते. मी वनीच्या नवऱ्या विरुद्ध पोलिसात तक्रार केली. तो

पळून गेला. आता आम्ही वनी मरण्याची वाट पाहू लागलो.

सोमवारी परीक्षा सुरू झाली. मी परीक्षेला गेलो. पेपर दिला. दवाखान्यात आलो. कुसुम वनीजवळ बसली होती. मसामाय, काका हतबल झाले होते. माझे तर हात पाय गळाटले होते. मी अहमदपूरला असताना वनी आमच्या बरोबर होती. आम्ही तिच्यात खूप गुंतलो होतो. वनी मरणार म्हणताना आभाळ फाटल्यासारखं झालं होतं.

मी दुसऱ्या दिवशीही पेपर दिला. तिसऱ्या दिवशी पेपर दिला. मी कुसुमला सांगितलं होतं, 'मला ही परीक्षा द्यायची आहे. वनी मेली तरी मला निरोप पाठवू नको. पेपर संपल्यानंतर मी स्वत: दवाखान्यात येईन. त्यानंतरच तिच्या अंतिम संस्काराची तयारी करू.' मी परीक्षेला निघायचो. मला वाटायचं, 'रस्त्यात आडवे कोणी तरी येईल. वनी मेल्याचं सांगेल. मी रस्ता बदलून दुसऱ्याच रस्त्याने जायचो.' मी रोज परीक्षा देत होतो आणि वनी मृत्यूशी झुंजत होती. वनी पाचव्या दिवशी मेली. त्या दिवशी मी परीक्षा देऊन आलो होतो. शेवटचे तीन पेपर द्यायचे होते.

आम्ही प्रेत ताब्यात घेतलं. सर्वजण शववाहिकेत बसले. मी आणि कुसुमनं रिक्षा केली. हरी, श्रीकांत आणि काका एका रिक्षात बसले. आम्ही स्मशानात आलो. कसलेही संस्कार न करता वनीची चिता पेटवली. काकांनी आग लावली. हरीनं बोंब ठोकली. सर्वांनी आक्रोश केला. वनी पुन्हा एकदा जळू लागली. सूर्य मावळला होता.

घरी आलो तेव्हा रात्र झाली होती. रात्री उशिरापर्यंत सर्वजण आंघोळ करत होते. जागा मिळेल तिथे झोपत होते. मसामाय, संतामाय रडत होत्या. काका म्हणायचा, 'शरणू अभ्यास करतोय. रडू नका. झोपा.' मी मात्र दारात बसून अभ्यास करत होतो. कुसुम अजूनही जागी होती. तिनं रात्री दोन वाजता मला काळा चहा करून दिला आणि झोपी गेली. मी सकाळपर्यंत वाचत बसलो होतो.

सकाळी सर्वजण स्मशानात गेले. कुसुमही गेली होती. त्यांनी अस्थी जमा केल्या. मी परीक्षा दिली. परीक्षेत 'अक्करमाशी' वरच प्रश्न विचारलेला होता. 'अक्करमाशी' अभ्यासक्रमात होते. 'अक्करमाशी' वर लिहिताना मन गहिवरून आलं. अक्करमाशीतलं एक पात्र काळाआड झालं होतं. वनी पानोपानी आठवत होती.

मी एम्. ए. उत्तीर्ण झालो आणि पुन्हा एकदा नव्या आयुष्याचे स्वप्न पाहू लागलो. आकाशवाणीतली नोकरी निरस वाटू लागली. वर्तमानपत्रातल्या जाहिराती पाहून अर्ज करू लागलो. माझ्या महत्वाकांक्षा वाढू लागल्या. चांगल्या पगाराची

नोकरी मिळाली पाहिजे, आपले दारिद्र्य हटले पाहिजे हाच एक ध्यास होता. आपलं ज्ञान आणि कर्तृत्व सिद्ध करण्यासाठी मी आवडीचं क्षेत्र धुंडाळित होतो. मी. एम्. ए. झाल्यामुळे मराठी लेक्चररच्या जागेसाठी प्रयत्न करू लागलो. लेक्चरर झालो की खूप वाचता येईल. खूप बोलता येईल. समाज आणि चळवळीसाठी वेळ देता येईल.

औरंगाबादच्या सरस्वती भुवन महाविद्यालयाचे मुलाखतीसाठी पत्र आले. मला आनंद झाला. मी मुलाखतीची तयारी केली आणि औरंगाबाद गाठले. नव्या नोकरीची स्वप्न रंगवू लागलो. ही नोकरी लागली तर मला मराठवाड्यात रहाता येणार होते. मी माझ्या आयुष्यातली पहिली उमेदवारी मराठवाड्यातूनच केली होती. त्यामुळे मराठवाड्याविषयी माझ्या मनात प्रचंड प्रेम होते. औरंगाबाद शहर तर माझ्या काळजात कोरलेलं. औरंगाबादमधील मिलिंद महाविद्यालय, अंजिठा-वेरूळ, गंगाधर पानतावणे सर आणि अस्मितादर्श ह्यामुळे हे शहर मला माझ्या मूळ गावासारखे वाटायचे.

मी सरस्वती भुवन महाविद्यालयाच्या प्रांगणात प्रवेश केला. विद्यार्थ्यांची गर्दी पाहून मन भरून आलं. मुलाखत घेणारे सर्वजण परिचित होते. माझे वाचक होते. मला नोकरी मिळण्याची आशा वाटत होती. माझी मुलाखत सुरू झाली आणि त्यांनी सांगितलं, 'तुम्हाला बी. ए. ला क्लास नाही. तुम्ही गुड अॅकॅडॅमिक रेकॉर्डमध्ये बसत नाही. तुम्ही पुन्हा एकदा मराठी विषय घेऊन बी. ए. करा' मी वैतागलो. 'मला हे सांगण्यासाठी आपण मुलाखतीला बोलावलंत का?' प्राचार्य म्हणाले, 'आम्ही तुम्हाला कंडिशनल घेऊ शकतो.' मी तात्काळ उद्‌गारलो, 'मग घ्या. मी लेखक आहे. माझी पुस्तके प्रकाशित आहेत' तेव्हा मुलाखत घेणारे एक विद्वान म्हणाले, 'तुम्ही लेखक आहात म्हणून तुमचं सिलेक्शन होणार नाही. संत तुकाराम आले तरी आम्ही त्यांना घेणार नाही. तुम्ही नियमात बसत नाही.' मी खूप चिडलो. मला कोणी तरी सांगितलं. 'तुम्हाला लेक्चरर व्हायचं असेल तर बी. ए. चा क्लास इम्प्रूव्ह करावा लागेल. पुन्हा एकदा मराठी विषय घेऊन बी. ए. करा किंवा पीएच्. डी. करा. पीएच्. डी. झाली तर बी. ए. चा क्लास विचारात घेतला जात नाही.' माझ्या डोक्यात प्रकाश पडला. मी पीएच्. डी. करण्याचं ठरवलं. शिवाजी विद्यापीठात पीएच्. डी. साठी रजिस्ट्रेशन केलं. संशोधनासाठी 'दलित साहित्याच्या समीक्षेचा चिकित्सक अभ्यास' हा विषय घेतला. सर्व संदर्भ ग्रंथ माझ्या संग्रही होते. सर्व समीक्षा मी वाचलेली होती. मी झपाटून कामाला लागलो. एकामागून एक प्रकरण पूर्ण करू लागलो. काही मित्र म्हणायचे, 'तुझ्या आकाशवाणीतल्या तृतीय श्रेणीच्या नोकरीला पीएच्. डी. चा काय उपयोग होणार आहे? उगीच खर्च करू नकोस

आणि वेळ वाया घालवू नकोस. पोटापुरती नोकरी आहे. नवीन वाच. नवीन लिही' मी शांतपणे ऐकून घ्यायचो. निराश व्हायचो.

पुणे विद्यापीठात मराठी लेक्चररच्या पदासाठी अर्ज केला. यशवंतराव चव्हाण महाराष्ट्र मुक्त विद्यापीठात सहायक संपादक पदासाठी अर्ज केला.

यशवंतराव चव्हाण महाराष्ट्र मुक्त विद्यापीठाचे मुलाखतीसाठी पत्र आले. मी मुलाखतीला गेलो. मुलाखत घेणारे ओळखीचे होते. माझ्या आशा पल्लवित झाल्या. मुलाखत चांगली झाली. माझी निवड झाल्याचं मला कळलं. मला आनंदाश्रू आवरता आले नाहीत. कुसुमलाही आनंद झाला होता. आम्ही नाशिकला निघण्याची तयारी सुरू केली. विद्यापीठात काम करायला मिळणार म्हणून मी उत्तेजित झालो होतो. 'सहायक संपादक' ही लेक्चरर ग्रेडची नोकरी होती.

मला मुक्त विद्यापीठाकडून नेमणूकीचे पत्र मिळाले. सोलापूर सोडावं वाटत नव्हतं. मी खूप अस्वस्थ झालो. खूप विचार केला. शेवटी मी आकाशवाणीच्या नोकरीचा राजीनामा दिला आणि नाशिक गाठले. सकाळी मी काळा राम मंदिरात गेलो.

दुपारी मी मुक्त विद्यापीठात रुजू झालो. बरीच मंडळी ओळखीची होती. परिचयाची होती. महाराष्ट्राच्या शैक्षणिक जीवनात एक नवीन शैक्षणिक प्रयोग इथे आकार घेत होता. दूर शिक्षणाचे अभिनव कार्य इथे उभारले जात होते. ह्या नवीन कामात मीही सहभागी झालो. एक नवीन विद्यापीठ नावारूपाला येत होते आणि आम्ही पायाचे दगड होत होतो.

पुणे विद्यापीठाकडे माझा लेक्चरर पदाचा अर्ज पडून होता. वर्षभर मुलाखतीसाठी पत्रे आणि त्या पाठोपाठ मुलाखती पुढे ढकलल्याच्या तारा यायच्या. जवळ जवळ वर्षादीड वर्षानंतर आमच्या मुलाखती झाल्या. मुलाखत घेणारे सर्वजण ओळखीचे होते. त्यांनी माझं साहित्य वाचलेलं होतं. पुणे विद्यापीठात एम्. ए. मराठीच्या शिक्षणक्रमात माझे 'अक्करमाशी' नावाचे आत्मचरित्र लावलेले होते. विजयकुमार खंदारे ह्यांनी माझ्या साहित्याचा अभ्यास करून पुणे विद्यापीठाकडून एम्. फील.ची पदवी मिळवली होती. माझ्या नावावर डझनभर पुस्तके प्रकाशित होती. ही जागा राखीव होती. त्यामुळे मला पुणे विद्यापीठात नोकरी मिळण्याची आशा वाटत होती. मुलाखत घेणाऱ्या विद्वानांनी माझी समजूत काढली, 'तुम्ही गुड ॲकॅडमिक रेकॉर्ड ह्या नियमात बसत नाही. तुम्ही 'नेट' उत्तीर्ण नाही.' मी निराश झालो. योग्य उमेदवार मिळाला नाही म्हणून राखीव जागेवर तात्पुरता ओपन उमेदवार भरला.

मुक्त विद्यापीठाचे पहिले दशक हे 'अस्वस्थ दशक' होते. मुक्त विद्यापीठाच्या पदव्यांना शासन मान्यता होती. लोकमान्यता मिळवण्याचा आम्ही प्रयत्न करत

होतो. विद्यापीठाच्या प्रारंभीच्या काळात वर्तमान पत्रात जितके चांगले छापून येई तितके वाईटही छापून येई. चांगली मंडळी विद्यापीठ सोडून नव्या ठिकाणी जात होती. मुक्त विद्यापीठात निवृत्त वेतन मिळत नव्हते. त्यामुळे बाहेरून चांगली मंडळी येण्याचे धाडस करत नव्हती. अनेकजण सेवा निवृत्तीनंतर इथे कराराने काम करत होती. 'मुक्तविद्यापीठ बंद पडेल' अशाही चर्चा व्हायच्या. राजकारणाने तर कळस गाठला होता. ह्यामध्ये मी भरडत होतो. आकाशवाणीची नोकरी सोडल्याचे वाईट वाटत होते. इथल्या जीवनात स्थैर्याची शाश्वती वाटत नव्हती.

मुक्त विद्यापीठाच्या शिक्षणक्रमांची पुस्तके तज्ज्ञ मंडळीकडून लिहून घेतली जात. विद्यापीठातली अॅकॅडमिक मंडळी अशा हस्तलिखितांचे संपादन करत. त्यानंतर अशी हस्तलिखिते अक्षर जुळणीसाठी आमच्याकडे पाठवली जात. आमच्याकडे अक्षरजुळणी करणे, मुद्रित शोधन करणे आणि पुस्तके छापून घेणे अशी कामे होती. इथे मुद्रित शोधन करणे ही कर्तबगारी मानली जायची.

आमच्या मुक्त विद्यापीठात मराठी लेक्चररची जागा निघाली. मी अर्ज केला आणि माझे ग्रह फिरले. मुलाखत घेणारे सर्वजण परिचयाचे होते. मुलाखतीच्यावेळी पुन्हा गुड अॅकॅडमिक रेकॉर्डचा मुद्दा निघाला आणि माझी निवड झाली नाही.

मी पीएच्. डी. च्या प्रबंधाची सर्व प्रकरणे लिहून पूर्ण केली होती. माझ्या मार्गदर्शकांना वेळोवेळी पत्रे लिहायचो. ते माझे लेखन तपासत नव्हते. सतत सबूरीचा सल्ला देत होते. मी अस्वस्थ होत होतो. मला पीएच्. डी.ची पदवी मिळवण्याची घाई झाली होती. मार्गदर्शक मात्र दाद देत नव्हते. ह्याच काळात मी 'नेट' ची परीक्षा उत्तीर्ण झालो. मी जितक्या जिद्दीने धडपडत होतो, तितक्याच वेगाने माझ्याभोवती संकटं उभी राहात होती. आमचे विद्यापीठ वेगाने वाढत होते. कर्मचाऱ्यांच्या महत्त्वकांक्षा वाढत होत्या. राजकारण बोकाळले होते. नको असलेले कर्मचारी काढून टाकले जात होते. माझीही फाईल मेमोंनी भरली जात होती. तक्रारी लिहून घेतल्या जात होत्या. अखेर माझ्यावर चौकशी समिती नेमण्यात आली आणि 'मला राजीनामा द्या अन्यथा नोकरीतून काढून टाकू' असे सांगण्यात आले. मी हादरलो. नोकरी गेली तर मला भीक मागावी लागली असती. मी रस्त्यावर आलो असतो.

माझे मित्र ना. रामदास आठवले हे महाराष्ट्र शासनाच्या समाजकल्याण खात्याचे मंत्री होते. मी त्यांना भेटलो. त्यांच्या कार्यालयात त्यांचा 'स्वीय सहायक' म्हणून काम करण्याची इच्छा व्यक्त केली. मुंबई आणि मंत्रालयाविषयी लहानपणापासूनच आकर्षण वाटत होते. ना. रामदास आठवले साहेबांनी माझ्या प्रति नियुक्तीचे आदेश काढले. मुक्त विद्यापीठातल्या नोकरीपेक्षा ही नोकरी मला महत्त्वाची आणि मोहात

पाडणारी वाटत होती.

मंत्रालयातल्या नोकरीने माझ्यात अभूतपूर्व बदल झाला. मला सत्तेच्या मर्यादा आणि मोठेपण जवळून अनुभवता आले. मंत्र्यांसोबत वावरताना अधिकारांचं वेगळं दर्शन घडलं. माझा आत्मविश्वास उजाळला. व्यक्तिमत्वात चैतन्य संचारलं. ना. आठवले साहेब म्हणजे न थकणारा उत्साह. ना. आठवले साहेबांच्या कार्यालयापुढं, बंगल्यापुढं आणि दौऱ्यात माणसांचा महासागर भेटायचा. कार्यकर्त्यांची प्रचंड गर्दी, लोकांचा अमाप उत्साह आणि झंझावतासारखे काम करणारे ना. आठवले साहेब ह्यांना साथ देताना आम्ही कमी पडायचो. मंत्रालयातल्या नोकरीमुळं अनेक अधिकाऱ्यांना बोलता आलं. राज्यभरातल्या विश्रामगृहात पाहुणचार घेता आला. विमानाचा भरपूर प्रवास करता आला. रेल्वेतला प्रथम दर्जाच्या प्रवासाची सवय झाली. भोवताली आदबीने वागणारे अधिकारी आणि लोक ह्या गराड्यात काम करताना धन्य वाटायचं. मुंबईच्या वास्तवात कुसुम आणि मुलं खूप आनंदानं राहात होती. त्याचं मला खूप समाधान वाटत होतं.

मी मंत्रालयात नोकरी करत होतो, तरीही मी माझ्या पीएच्. डी. च्या अभ्यासाकडे जराही दुर्लक्ष केले नव्हते. पीएच्. डी. ची सर्व प्रकरणे मी चारचार-पाचपाच वेळा लिहून काढली. ह्यामुळे मला लेखनातील सखोलता, खोली आणि सूक्ष्म चिकित्सकपणाची जाणीव झाली. प्रबंध लेखनाच्या शिस्तीमुळे माझ्या वैचारिक लेखनातला एका पोक्तपणा लाभला. प्रबंध लेखन पूर्ण झाले आणि प्रबंधाचे टंकलेखन सुरू झाले.

मी मंत्रालयात नोकरी करत असताना मराठी लेक्चररच्या जागेसाठी अर्ज करण्याचे प्रयत्न सोडले नव्हते. शिवाजी महाविद्यालय बार्शी ह्या शिक्षण संस्थेत मराठी लेक्चररची जागा निघाली होती. मी तिथं अर्ज केला. मुलाखत घेणारे सर्वजण ओळखीचे होते. इथेही गुड ॲकॅडमिक रेकॉर्डचा मुद्दा उपस्थित झाला. मी मुलाखत दिली आणि मंत्रालय गाठले. माझी निवड झाल्याचे मला कळाले. निवड समितीने मला एक क्रमांक दिला होता पण शिवाजी विद्यापीठाने माझ्या नावाला मान्यता देण्याऐवजी दुसऱ्या क्रमांकाच्या उमेदवाराला मान्यता दिली. खरे तर, शिवाजी विद्यापीठाला माझ्या नावाला कंडिशनल अप्रूव्हल देता आले असते. माझा पीएच्. डी. चा प्रबंध एक दोन महिन्यात सादर होणार होता. माझ्या मार्गदर्शकाने माझे काम गतीने पूर्ण केले असते, तर बार्शीची जागा हातची गेली नसती. मी लेक्चरर झालो असतो.

गावाकडची माणसं मुंबईला येऊन भेटायची. मी मंत्र्यांचा पी. ए. आहे म्हणून प्रत्येकाला आनंद वाटायचा. पण मी कोणाच्याही अपेक्षा पूर्ण करू शकलो

नाही. मंत्रालयातली कागदं त्यांच्या वजनानं चालतात. इथं माणसाचं वजन चालत नाही. ना. आठवले साहेबानीही माझ्यावर महत्त्वाची जबाबदारी सोपवली नव्हती. शुभेच्छा देणे, शोक संदेश देणे, बातम्या लिहिणे, कार्यकर्त्यांचे पत्ते लिहून घेणे, भेट आलेल्या पुस्तकांच्या लेखकांसाठी अभिप्रायाची पत्रे लिहिणे, मंत्र्यांची भाषणं तयार करणे अशा स्वरूपाची कामं मी करत होतो. मंत्रालयही माझ्यासाठी नव होतं. श्रीकांत अनेकवेळा आला. 'मला नोकरी लाव' म्हणाला. पण त्यालाही नोकरीला लावता आले नाही.

काका मरण पावले. रात्री झोपले. त्या ठिकाणीच ते मरून पडले होते. रात्री ते ऊठले नाहीत. पाणी मागितलं नाही. अंग बदललं नाही. कसली तक्रार केली नाही. काही बोलले नाहीत. ते शांत झोपले होते. कायमचेच. सकाळी मसामायनं त्यांना उठवलं. ते उठले नाहीत. ते आपलं शरीर सोडून निघून गेले होते.

मसामायनं आक्रोश केला. आजूबाजूचे लोक जमले. मसामायनं गावात काकाच्या घरी निरोप पाठवला. गावातून लोक आले. त्यांनी काकाचं प्रेत ताब्यात घेतलं. ते म्हणाले, 'मसाई, तू जिवंत असेपर्यंत पाटलाला सांभाळलं आहेस. आता आम्हाला घेऊन जाऊ दे. आम्ही त्यांचे अंतिम संस्कार करू' मसामायनं काकाला गाववाल्यांच्या स्वाधीन केलं. गावकऱ्यांनी काकाचं प्रेत उचललं आणि ते गावाच्या दिशेनं निघाले. मसामायनं हंबरडा फोडला.

काका जिवंत असते तर गाववाले त्यांना नेऊ शकले असते? काका गेले असते? काकाच्या मृत्यूने दादा हादरला होता.

मी मुंबईला निघालो. सर्वजण रडत होते. मलाही अश्रू अनावर झाले होते. मोडकळीस आलेल्या झोपड्या, बकाल दारिद्र्य, निरक्षरता, आक्रोश करणारी मसमाय. संतामाय. अनाथ झालेले श्रीकांत, सुनी, पमी, इंदिरा, नागी, निरमी. चंदूच्याही डोळ्यात पाणी दाटलेलं. काशिराम, बाळाराम, गंभीर होऊन रस्त्यावर उभे होते. दादा माझ्याजवळ आला. 'शरणू तू माझ्या मातीला होणार नाहीस.' म्हणून दादा ढसढसा रडू लागला. लहान मुलासारखा. दादाच्या प्रेताच्याही माझ्याकडून काही अपेक्षा होत्या. मी गदगदलो होतो. मी जड अंत:करणानं सर्वांचा निरोप घेतला.

मी एकटा शिकलो. बाकी सर्व महारवाडा निरक्षर होता. मी एकटा नोकरी करत होतो. बाकी सर्व महारवाडा गावकी करून जगत होता. हे दारिद्र्य कधी संपणार?

**दादा मेल्यावर त्याचा जनाजा कोण उचलेल?**

**मुसलमान कसे येतील?**

**मुसलमान तर दादाची माती कशी करतील?**

**महारं दादाच्या मातीला येणार नाहीत.**

**दादाच्या प्रेताचं काय?**

**दादाची स्मशानभूमी कोणती?**

ही नीती अनीती कोणी निर्माण केली? का केली? माझा जन्मच अनैतिक ठरवला जात असेल तर मी कुठली नीती पाळावी? का?

निवडणूका झाल्या. काँग्रेस आणि रिपब्लिकन पक्षाच्या युतीला पुरेशा जागा मिळाल्या नाहीत. भाजप-शिवसेनेचे सरकार सत्तेवर आले. मला पुन्हा मुक्त विद्यापीठात माझ्या मूळ पदावर रूजू व्हावं लागलं. मुंबई सोडताना खूप वाईट वाटलं. मुंबईची सवय झाली होती. बायको, मुलंही मुंबईत रमली होती.

मुक्त विद्यापीठातलं वातावरण बदललं होतं. कर्मचारी संघटना निर्माण झाल्या होत्या. आपल्या न्याय हक्कांसाठी संघर्ष करत होत्या. प्रशासनाची अरेरावी संपली होती. विद्यापीठाने कात टाकली होती. सामान्य कर्मचाऱ्यांच्या मनात आत्मविश्वासाची भावना निर्माण झाली होती. विद्यापीठ भाड्याच्या जागेतून स्वतःच्या इमारतीत स्थलांतरीत झालं होतं. विद्यापीठाची विद्यार्थी संख्या आणि अभ्यास केंद्रे वाढली होती. विद्यापीठ समाज मनात स्थिर होत होतं. मी पुन्हा एकदा माझं काम सुरू केलं. पडेल ते काम करण्याची तयारी ठेवली.

मुंबई विद्यापीठात मराठी लेक्चररची जागा निघाली मी अर्ज केला. ही जागा राखीव होती. मला पीएच्. डी. ची पदवी मिळाली होती. नेट उतीर्ण होतो. त्यामुळे 'लेक्चरर' होण्याच्या मार्गातील सर्व अडसर दूर झाले होते. माझ्या नावावर दोन डझन पुस्तके प्रकाशित झाली होती. मी मुलाखतीची तयारी सुरू केली. मुंबई विद्यापीठात नोकरी लागली तर कायमचे मुंबईत राहाता येणार होते. अध्यापन हे आवडीचं क्षेत्र होते.

मी मुंबई विद्यापीठाच्या मराठी विभाग प्रमुखांना भेटलो. माझी व्यथा सांगितली. त्यांचा परिचय होता. त्या म्हणाल्या, 'विद्यापीठात खूप राजकारण असतं. मी तुम्हाला सदिच्छा देते. आश्वासन नाही' मी त्यांचा निरोप घेतला. मी प्रथमच माझ्यासाठी शब्द टाकत होतो. त्या मला थांबवत म्हणाल्या 'तुम्हाला नोकरी आहे. तुम्ही पुनःपुन्हा नोकरीसाठी अर्ज करू नका. आपली निवड झाली नाही तर

आपला अपमान होतो. तुम्ही लेखक आहात. तुम्हाला नाव आहे. आपणच आपला अपमान करून घ्यायचा नाही.' मी मानेनं होकार दिला. मी माझी सगळीच स्वप्ने त्यांना कशी सांगणार?

मुंबई विद्यापीठाच्या मुलाखतीला उपस्थित राहिलो. मुलाखत घेणारे सर्वचजण ओळखीचे होते. माझ्या साहित्याचे वाचक होते. ते म्हणाले, 'तुम्हाला अध्यपनाचा अनुभव नाही. तुम्ही प्रथम एखाद्या महाविद्यालयात अध्यापनाचा अनुभव घ्यायला हवा होता.' मी म्हणालो, 'मला संधी द्या.' पण मला संधी मिळाली नाही. दुसराच उमेदवार घेतला गेला. त्याच्याकडे एम. फील ही नव्हती. पीएच्. डी. ही नव्हती. पण अध्यापनाचा अनुभव होता.

मी मुक्त विद्यापीठात स्वत:ला गाढून घेतलं. मुक्त विद्यापीठाच्या विविध कामात सहभागी होऊ लागलो. विद्यापीठाच्या शिक्षणक्रमासाठी पुस्तक लिहिलं. प्रश्न पेढीसाठी प्रश्न काढले. अनेक कार्यक्रमात सहभागी झालो. विद्यापीठाने मला एम. फील. पदवीसाठी मार्गदर्शक म्हणून मान्यता दिली. एका विद्यार्थीनीला माझ्या मार्गदर्शनाखाली एम. फील. ची पदवी मिळाली.

मी 'नेट'ची परीक्षा उत्तीर्ण झालो होतो. ह्याचा माझ्या पदासाठी उपयोग नव्हता. मी पीएच्. डी.ची पदवी घेतली, ह्याचाही माझ्या पदासाठी काडीमात्र उपयोग नव्हता. मी लेक्चरर असतो तर पीएच्. डी. ची पदवी मिळाल्याबद्दल तीन इनक्रिमेंट मिळाले असते. माझ्या शिक्षणाचा उपयोग काय? त्याचा मला उपयोग करून घेता आला पाहिजे. लेक्चरर झालो तर माझ्या आयुष्यात एक वेगळ वळण येईल. चळवळ आणि समाजात मिसळता येईल. आपल्या बुद्धीला समाजासाठी राबवता येईल.

पुणे विद्यापीठात मराठी लेक्चररची जागा निघाली. मी पुन्हा अर्ज केला. पुणे विद्यापीठाचे मुलाखतीचे पत्र आले. मी मुलाखतीला उपस्थित राहिलो. मुलाखत घेणारे सर्वजण ओळखीचे होते. त्यांना मी माहित होतो. मुलाखतीत पुन्हा तोच मुद्दा उपस्थित झाला. 'तुमच्याकडे शिकवण्याचा अनुभव नाही.' मी म्हणालो, 'मला संधी द्या. अध्यापन जमले नाही तर नोकरी सोडून जाईन. मी महाराष्ट्रभर अनेक व्यासपीठावरून बोललो आहे. मी आत्मविश्वासाने बोलू शकतो. शिकवू शकतो.' माझी मुलाखत चांगली झाली. मी ह्या नोकरीची आशा धरली नव्हती.

निवड समितीने मला दुसऱ्या क्रमांकावर ठेवले होते. पहिल्या क्रमांकाचा उमेदवार कामावर रुजू झाला.

मुक्त विद्यापीठानं माझ्यावर अचानक नवी जबाबदारी सोपवली. आमच्या विद्यापीठाच्या पुणे विभागाचा विभागीय संचालक म्हणून आहे त्याच वेतनश्रेणीत

आहे त्याच पदावर कायम ठेवून माझी बदली केली. मला नवी वेतन श्रेणी मिळाली नाही, किंवा नवे पद मिळाले नाही ह्याचे कधीच दुःख वाटले नाही. उलट मला काम करायला नवे क्षेत्र मिळाले ह्याचा आनंदच झाला. डॉ. सूर्या गुंजाळ सरांनी ही जबाबदारी माझ्यावर सोपवली. ते कुलसचिव होते. त्यांच्यामुळेच मी विभागीय संचालक झालो.

मला नाव मिळालं. खूप प्रसिद्धी मिळाली. प्रतिष्ठा मिळाली. पण.... मी मसामाय, संतामाय आणि दादाचं दारिद्र्य नष्ट करू शकलो नाही. नागी, सुनी, पमी, इंदिरा ह्यांचं फाटकं आयुष्य शिवू शकलो नाही. श्रीकांतला आधार देऊ शकलो नाही. बायका-मुलांना हक्काच घर देऊ शकलो नाही. अर्धआयुष्य कसं संपलं, कधी संपलं हे कळलं नाही. गावाकडचं दारिद्र्य आठवलं की मन पिळवटून निघतं.

संतामाय आणि दादा जख्ख म्हातारे झालेले. वठलेल्या झाडासारखे. त्यांच्या निष्पर्ण नजरा. त्यांचे अनाथ चेहरे आणि त्यांचे ओसाड वार्धक्य. संतामाय माझ्या घरी यायची. दुसऱ्या दिवशी जायला निघायची. 'घरी म्हातारा एकटाच आहे. माझ्याशिवाय जेवत नाही. मला गेलं पाहिजे.' दादा माझ्या घरी यायचा. लगेच परतण्याची घाई करायचा. 'म्हातारी वाट बघत असेल. मी जातो.' दादा आणि संतामाय दोघे माझ्या घरी यायचे. दोन दिवस राहायचे. त्यांना माझ्या घरात कोंडल्यासारखं वाटायचं. ते परत निघायचे. आता दादा, संतामाय खूप थकलेत. मी त्यांच्या मरणाची वाट पाहातोय.

थंडीची रात्र. संतामाय झोपडीत झोपलेली. दादा शेकोटीभोवती बसलेला. त्याचं धोतर पेटलेलं. संतामय दादाच्या ओरडण्यानं जागी झाली. दादाची आग विझवली. सर्व झोपडपट्टी झोपलेली.

दादा पंचवीस टक्के जळाला होता.

सकाळी सर्वांनी पाहिलं. लोक म्हणाले, 'म्हाताऱ्याला दवाखान्यात नेलं पाहिजे. खूप भाजलंय' मसामाय म्हणाली, 'आमच्याकडे पैसे नाहीत. दवाखान्यात नेऊ नका.' दुपारी दोन वाजता मला फोन आला. 'दादाला ॲडमिट करा' म्हणून मी सांगितलं. लोकांनी दादाला सोलापूरला आणलं. संध्याकाळी ॲडमिट केलं. दुसऱ्या दिवशी मी आणि कुसुम दवाखान्यात पोहचलो. नागी दादाजवळ बसली होती. दादा औषध घेत नव्हता. कॉटवर झोपत नव्हता. तो डॉक्टरला शिव्या देत होता.

दादाचं नाव महामूद जमादार. माझं नाव शरणकुमार लिंबाळे. त्यामुळे

प्रत्येकजण आमच्याकडे विचित्र नजरेने पाहायचा. पोलिस विचारायचे, 'हा म्हातारा तुमचा कोण?' मी म्हणायचो 'हा माझा आजोबा आहे' नर्स कुसुमला विचारायच्या, 'हा म्हातारा तुमचा कोण?' प्रत्येक ठिकाणी दादाचा धर्म आडवा यायचा.

रात्री मी धर्मशाळेत झोपण्यासाठी गेलो. दवाखान्यात ॲडमिट झालेल्या पेशंटच्या नातेवाईकांना ह्या धर्मशाळेत राहता येत होते. धर्मशाळेत रात्रीचा वॉचमन बसला होता. मी त्याच्याकडे गेलो. त्याने मला आमच्या पेशंटचे नाव विचारले. मी 'महामूद जमादार' म्हणून सांगितलं. वॉचमनने रजिस्टर काढले आणि मला माझे नाव विचारले. मी माझे नाव सांगितले. वॉचमनने बाहेर काढलेले रजिस्टर पुन्हा कपाटात ठेवले. 'इथे पेशंटच्या नातेवाईकांना राहाता येते. दुसऱ्याला नाही.' मी म्हणालो, 'माझे आजोबा इथं ॲडमिट आहेत.' तसा वॉचमन शांतपणे म्हणाला, 'साहेब, मुसलमान तुमचा आजोबा कसा होऊ शकतो? तुम्ही लॉजमध्ये जा.' मी ह्या वॉचमनला माझा संपूर्ण इतिहास कसा समजावून सांगणार?

आज दवाखान्यातला तिसरा दिवस. दादानं मला ओळखलं नाही. त्यानं मला विचारलं 'लिंबाळेसाहेब आले का?' मी दादाजवळ बसलो. दादा सलायन तोडून टाकत होता. दादानं मला पाहिलं. तो म्हणाला, 'मी तुझ्या पाया पडतो. मला गावी घेऊन चल. मला काही झालं नाही. म्हातारीच्या हातचा काळा चहा पिला की मी बरा होईन. मला तिच्या हातचं जेवण करायचंय. मला दहा रुपये दे. मी बसमध्ये बसून गावी जाईन' मी दादावर चिडलो. दादा शांत पडून राहिला. त्यानं जेवण सोडून दिलं.

मी कुसुमबरोबर चर्चा केली आणि दादाला गावी घेऊन जायचं ठरवलं. दादासाठी औषधं खरेदी केली आणि दादाला घेऊन हन्नूरला आलो. इकडं संतामायनंही आकांत मांडला होता. 'माझ्या म्हाताऱ्याला आणून द्या.' म्हणून मसामायबरोबर भांडत होती.

कुसुमनं दादाला सांगितलं, 'दादा तुम्हाला घरी आणलंय.' दादानं सर्वत्र पाहिलं. त्यानं घराला ओळखलं. 'हे माझं घर आहे.' दादा आनंदानं उद्गारला. एक मोडकळीस आलेली झोपडी. झोपडीवर साडेतीन पत्रे टाकलेले. हे पत्रे गंजलेले. अनेक ठिकाणी छिद्र पडलेले. माझे डोळे भरून आले. दादा जमिनीवरच लवंडला. संतामाय दादाजवळ बसली. मला रडू आवरता आलं नाही. कुसुमही रडू लागली. संतामायलाही दादाचं मरण कळलं. तिनंही हंबरडा फोडला. दादा शांतपणे झोपला होता. प्रेतासारखा.

मी मसामायला बाजूला घेतलं. तिला पैसे दिले. 'हे पैसे दादाच्या अंत्यविधीसाठी देत आहे. दादा पाच सहा दिवसात मरेल.' मसामायनं समजूतदारपणे ऐकलं.

मसामाय म्हणाली, 'तू काळजी करू नको. मी दादाची माती करेन. मुसलमान आले तर ठीक नाही तर महारांना घेऊन त्याला पुरेन. पण तुला कळवणार नाही. तू परमुलुखात राहातोस. तू कधी येणार?' मी म्हणालो, 'तुला जे योग्य वाटेल ते कर.'

दादा मेला.

मसामाय मुसलमान वसतीत गेली. तिनं मुसलमानांना निरोप दिला. 'तुम्ही महामूद जमादारची माती करा. नाही तर मी महारांना घेऊन त्याची माती करेन.' मसामाय मुसलमान वसतीतून परत आली. संतामायजवळ बसून रडू लागली.

थोड्या वेळानं मुसलमान आले. त्यांनी पिंजरा आणला होता. सर्व महार जमा झाले. मुसलमानानी कुराण वाचलं आणि दादाचं प्रेत उचललं. दादा जनाजातून स्मशानाकडं गेला.

आमच्या महारवाड्यातला एक नमाज कायमचा संपला होता आणि आमच्या आयुष्यातील एक ईदचा चाँद कायमचा मावळला होता.

पुणे विभागात पुणे, सोलापूर आणि सातारा ह्या जिल्ह्यांचा समावेश होता. कामाच्या निमित्ताने ह्या तिन्ही जिल्ह्यांत सतत दौरे करावे लागत. सोलापूरला अनेकवेळा जाण्याचा प्रसंग येई. त्यामुळे जुन्या नात्यांचं नूतनीकरण होऊ लागलं. शिक्षणाची अंमलबजावणी करणे हा एक वेगळाच अनुभव आहे. दूरशिक्षण पद्धतीविषयी लोकांच्या मनात शंका असायच्या. प्रत्यक्ष लोकांमध्ये वावरून काम करताना लोकांना शिक्षणाची किती गरज आहे ह्याची तीव्रता कळत होती. विभागीय संचालक म्हणून काम करताना अनेक शैक्षणिक संस्थांचा आणि विद्यार्थ्यांचा जवळून परिचय करून घेता आला.

मी पुण्यात स्थायिक व्हायचं ठरवलं. कर्ज काढून पुण्यात दोन हजार स्क्वेअर फुटांचा गार्डन फ्लॅट घेतला. कुसुमच्या इच्छेखातर नवीन मारुती कार घेतली. दुःखाला भूतकाळात गाडण्याचा हा प्रयत्न होता.

माझी मोठी मुलगी अस्मिता ही फर्ग्युसन महविद्यालयात शिकत होती. ती नेहमी दुपारपर्यंत घरी यायची. आज ती घरी आली नाही. तिचा फोन आला. 'कॉलेजवर कँप आहे. उशीरा येईन.' संध्याकाळ झाली तरी ती आली नव्हती. कुसुम काळजीत पडली होती. ऑफिस संपल्यानंतर मी घरी गेलो. कुसुमनं मला सांगितलं. मला वाटलं, 'मैत्रिणींबरोबर तीन ते सहाच्या सिनेमाला गेली असेल. सातपर्यंत घरी येईल' रात्रीचे आठ वाजले तरी ती घरी आली नाही. मलाही काळजी वाटू लागली. कुसुमचा चेहरा तर पांढरा पडला होता.

माझ्या मनात वाईट विचारांनी गर्दी करायला सुरुवात केली. मला नेहमी वाईटच सुचतं. मुलीला कोणी किडनॅप तरी केलं नसेल? किंवा कुठल्या वाहनानं तिला उडवलं तर नसेल? मला घरातला फोन महत्त्वाचा वाटू लागला. एक तर गुंडाचा फोन येईल आणि तो खंडणी मागेल. पोलिस चौकीतून किंवा एखाद्या हॉस्पिटलमधून फोन येईल आणि काहीतरी अभद्र ऐकायला मिळेल. माझे हातपाय गळाटले होते.

रात्रीचे नऊ वाजल्यानंतर माझ्या सहनशक्तीचा कडेलोट झाला. मी कुसुमला परिस्थितीची जाणीव करून दिली. ती रडू लागली. मी तिचं सांत्वन केलं. 'काहीतरी निश्चित घडलं आहे. त्यामुळे अस्मिता घरी आली नाही. आता आपण तिच्या मैत्रिणींना फोन करू या.' अमोल आणि अनघा आमची अवस्था पाहून शोकाकूल झाले होते.

कुसुमने अस्मिताच्या मैत्रिणींना फोन केला. प्रत्येकीने उडवाउडवीची उत्तरे दिली. आमचं समाधान होत नव्हतं. आम्ही हतबल झालो होतो.

अस्मिताचं कोणाबरोबर तरी भांडण झालं असेल! तिने आत्महत्या केली असेल! आता तिचं प्रेत पाहायला मिळेल! एकामागून एक अभद्र कल्पना माझ्या मनाचा ताबा घेत होत्या.

कुसुम आणि अनघा बाहेर पडल्या. मी फोनजवळ बसून राहिलो. पुढे काय वाढून ठेवले आहे ह्याची चिंता करत होतो. अस्मिता फोनवर मैत्रिणींना बोलायची. तिने फोन ठेवून दिल्यानंतर अनघा रिडायल करायची. अस्मिता अनेकवेळा ज्या फोन नंबरवर बोलायची तो फोन तिच्या मैत्रिणीचा नसून मित्राचा आहे हे अनघाच्या लक्षात आले होते. तिने तो नंबरही पाठ करून ठेवला होता. आज तिने हा नंबर कुसुमला सांगितला होता. 'ताई, ह्या नंबरवर नेहमी फोन करत होती.' कुसुमने पीसीओमधून तो नंबर फिरवला. चौकशी केली. त्यांचा मुलगाही सकाळपासून घरी आला नव्हता. 'आमची मुलगीही सकाळपासून घरी आली नाही.' कुसुमच्या बोलण्यामुळं प्रकरण स्पष्ट झालं होतं. त्यांनीही आमचा फोन नं. घेतला होता. 'एकमेकांच्या संपर्कात राहू या.' म्हणून त्यांनी फोन ठेवला होता. कुसुम आणि अनघा घरी आल्या. कुसुमने झाला प्रकार सांगितला. ह्याचा अर्थ अस्मिता मित्राबरोबर पळून गेली होती हे स्पष्ट झालं होतं.

शिकण्याचं वय असताना तिने पळून जावं हे संतापजनक होतं. पण जे घडलं होतं, ते टाळता येणार नव्हतं. मुलगा मराठा होता. मला मुलीच्या भवितव्याविषयी चिंता वाटू लागली. 'हिला लग्न करायचं होतं तर आम्हाला सांगायचं होतं. ही परस्पर एकटी कशी काय निर्णय घेतेय?' कुसुम चिडली होती. 'हिला शिकायला

पाठवलं होतं का प्रेम करायला?' मीही भडकलो होतो. कुसुमनं बार्शीला फोन केला आणि आपल्या भावांना बोलावून घेतलं.

रात्री साडेअकराच्या दरम्यान फोन वाजू लागला. माझ्या ह्रदयाचे ठोके वाढू लागले. मी कुसुमला फोन घ्यायला सांगितलं. कुसुमने फोन उचलला. 'मी प्रदीप बोलतोय. मी आणि अस्मितानं लग्न केलंय' आणि फोन बंद झाला. कुसुमनं फोनवरचं बोलणं सांगितलं. माझ्या मनावरचा असह्य ताण क्षणात दूर झाला. मी बाथरूममध्ये घुसलो आणि शॉवरखाली उभा राहिलो. थंड पाण्यानं तितक्या रात्री अंघोळ केली. मनावरचं ओझं कमी झालं होतं. रात्री कोणीच जेवलं नाही. कोणीच झोपलं नाही. सकाळी बार्शीहून अरुण आणि राहुल आले होते. कुसुमने त्यांना सांगितलं, 'अस्मितानं लग्न केलंय.' त्यांनी कपाळावर मारून घेतलं. आम्ही तिला खूप नियंत्रणात ठेवलं होतं. कदाचित त्याविरुद्ध तिनं बंड केलं असणार!

दुसऱ्या दिवशी आम्ही मुलाचे घर शोधून काढले. आम्ही गेल्यामुळे घरापुढे लोकांची गर्दी झाली होती. 'मुलाला काय झालं तर आम्ही सहन करणार नाही.' तरुण मुलांचं बोलणं कानावर पडत होतं. वातावरणात तणाव होता. मुलाच्या घरीही सर्वजण काळजीत पडले होते. आम्ही त्यांच्याशी जुजबी बोललो. चहा घेतला. सर्वजण मुलाचा शोध घेत होते. पत्ता लागत नव्हता. आम्ही घरी परतलो.

तिसऱ्या दिवशी अस्मिता आणि प्रदीप त्यांच्या घरी आले. तिकडून फोन आला. तोपर्यंत विवाह नोंदणीचे प्रमाणपत्रही कुरिअरने घरी आले होते.

पोलिस चौकीतून फोन आला. तिकडून पोलिस निरीक्षक ठाकूर बोलत होते, 'तुमच्याविरुद्ध तक्रार आहे. तुमच्या मुलीने तुमच्यापासून तिच्या जीवाला धोका आहे म्हणून संरक्षण मागितले आहे' मला हसावे की रडावे कळत नव्हते. 'मुलगी सज्ञान आहे. तिने लग्न केले आहे. आमची काही तक्रार नाही' मी खुलासा केला. 'चौकीत येऊन जा. आम्ही तुमच्या मुलीला आणि जावयाला समजावून सांगतो' तिकडून फोन बंद झाला.

मी, कुसुम, राहुल, अरुण, अमोल आणि अनघा पोलिस चौकीच्या दिशेने निघालो. रस्त्यात पेढ्यांचे दोन बॉक्स घेतले. एक पोलिस चौकीत दिला. तिथं कांबळे हवालदार होते. ते बाजूला आले. 'काही काळजी करू नका. मी पोराला समजावले आहे. तुमच्या मुलीला बोललो. आपल्या जातीत एवढे पोरं असताना दुसऱ्या जातीचा नवरा का केलास?' मी त्यांचा निरोप घेतला आणि मुलीकडे मोर्चा वळवला.

घरात गेलो तोच जावई आणि मुलगी माझ्या पाया पडायला धावले. मी दूर झालो. त्यांच्यावर ओरडलो. 'मला हा विवाह मान्य नाही. विवाहाची नोंदणी रद्द

करू. तुम्ही शिक्षण पूर्ण करा. मग लग्नाचं बघू' मी माझं मत मांडलं. प्रदीप म्हणाले, 'तुम्ही काळजी करू नका. आमचं शिक्षण पूर्ण होईल. मी कष्ट करून तुमच्या मुलीला सुखात ठेवेन.' माझ्या मनात खूप वेळ दबा धरून बसलेला प्रश्न स्फोटासारखा बाहेर पडला, 'तुमची दोघांची जात वेगळी आहे.' प्रदीप म्हणाले, 'मला तुमच्याकडून ही अपेक्षा नव्हती. आता कोठे जात शिल्लक आहे?' मी काहीच बोललो नाही. प्रदीपचे वडील म्हणाले, 'आम्ही तुमच्या मुलीला सून म्हणून स्वीकारले आहे. ह्यांचा पुन्हा एकदा हिंदू पद्धतीने विवाह लावणार आहोत. तुम्हाला लग्नाला यायचं असेल तर या.' मग मी उठून उभा राहिलो. प्रदीपला पेढ्यांचा बॉक्स दिला. प्रदीप आणि अस्मिता माझ्या पाया पडले. मी अस्तिाला गळ्याला लावून घेतलं. मला अश्रू आवरता आले नाहीत. कुसुमच्याही डोळ्यातून पाणी वाहत होतं. थोडा वेळ बसून आम्ही सर्वांचा निरोप घेतला.

अस्मिता आणि प्रदीपच्या विवाहाचा स्वागत समारंभ झाला. माझ्या आयुष्यातला हा एक अपूर्व प्रसंग होता. ह्या समारंभाला दलितही तेवढेच आले होते आणि सवर्णही तेवढेच. अत्यंत उत्साहाने अणि आनंदाने हा कार्यक्रम पार पडला. कुसुम तर न थकता लोकांना बोलत होती. सर्वत्र फिरत होती. कसलाच थाटमाट नाही. हुंडा नाही. अगदी साधेपणानं हा सोहळा पार पडला.

अस्मिता गरोदर होती. आम्ही तिचा गर्भपात करण्याचा आग्रह धरला. मुलाकडचे गर्भपात करण्याच्या विरोधात होते. हिंदू धर्माच्या रिवाजाप्रमाणे प्रत्येक गोष्टी घडत होत्या. डोहाळे जेवण झाले. आमच्या दोन कुटुंबात आमची जात कधीच आडवी आली नाही. अगदी ठरवून केलेल्या लग्नाप्रमाणे सर्व सुरळीत पार पडत होते.

अस्मिता बाळंत झाली. मुलगा झाला. त्यांनी मुलाचं नाव देवेंद्र ठेवलं. देवाचा राजा इंद्र. कुसुम म्हणाली 'आपण मुलाचं नाव बौद्ध धर्मातलं ठेवू.' नातवाच्या बाललीलांनी कुसुम आनंदून गेली. जणू तिला एक नवा जन्मच मिळाला होता.

आमच्या विद्यापीठात शैक्षणिक पदे भरण्याची जाहिरात आली. मीही अर्ज केला. लेक्चररसाठी आणि रिडरसाठी. मुलाखत झाली. प्राचार्य अशोक प्रधान सर हे कुलगुरू होते. ते माझ्यावर मनापासून प्रेम करायचे. त्यांच्यामुळे मी रीडर होऊ शकलो. माझं साहित्य आणि संशोधन ह्या कामी उपयोगी पडलं. विभागीय संचालक म्हणून केलेल्या कामाची ही पावती होती.

विभागीय संचालक म्हणून काम करताना उत्तम जाधव आणि संजय काटे ह्यांनी मला खूप सहकार्य केलं आहे. त्यांच्या स्नेह आणि सहकार्यामुळेच मी पुणे

विभागाचं काम नेटाने करू शकलो. ह्या सहकाऱ्यांचा निरोप घेतला आणि 'प्रपाठक' पदावर रुजू झालो. पुन्हा एकदा नाशिकला आलो.

मला आजपर्यंत जे वरिष्ठ मिळाले त्यांनी माझी स्तुती करण्यापेक्षा मला नामोहरम करण्याचाच अधिक प्रयत्न केला. माझी प्रसिद्धी, माझा लोकसंपर्क, माझी काम करण्याची चिकाटी ह्यामुळे त्यांना आनंद होण्यापेक्षा मानसिक त्रासच होई. ते मला पाण्यात पाहत. विनाकारण मला संघर्षाला सामोरं जावं लागायचं. माझ्या आयुष्यातील अमूल्य वेळ व शक्ती अशा फालतू गोष्टींसाठी खर्च होई. ह्याचं मला वाईट वाटायचं.

'प्रपाठक' पदावर रुजू झाल्यावर उत्साह आणि परिश्रम ह्याच्या जोरावर मी माझी योग्यता सिद्ध करून दाखवली. माझ्या कामाचा ठसा उमटवण्याचा प्रयत्न केला. दरम्यानच्या काळात नवीन कुलगुरू आले होते. डॉ. बी. पी. साबळे सरांनी माझं काम पाहून माझ्यावर विद्यार्थी कल्याण मंडळाच्या संचालक पदाची जबाबदारी सोपवली. काही संचालकांनी ह्यावर आक्षेप घेतला. इतक्या ज्युनिअर माणसाबरोबर आम्ही कसं काम करायचं अशी त्यांची तक्रार होती. पण कुलगुरू आपल्या निर्णयावर ठाम राहिले.

आमच्या विद्यापीठातील संचालकांची पदे आयसोलेटेड होती. त्यामुळे ही पदं केवळ खुल्या प्रवर्गासाठीच होती. ह्या पदांना आरक्षण नसल्यामुळे दलित माणूस ह्या खुर्चीवर बसू शकत नव्हता. माऱ्याच्या आणि मोक्याच्या जागा आयसोलेटेड दाखवून अशा पदांवर दलितांना मज्जाव करण्याचा प्रयत्न देशभर होत होता. ह्याविरुद्ध दलित संघटनांनी संघर्ष केला. विशेषत: प्रा. इंदिरा आठवले ह्यांनी ह्याबाबत लढ्याची भूमिका घेतली. जातीअंतापर्यंत हा संघर्ष सर्वांनाच करावा लागणार आहे.

मला प्रथमच शिक्षकांना मिळणारी एक महिन्याची दिवाळी सुट्टी मिळाली. मी सुट्टी घेऊन बायको मुलात रमलो. दिवाळी सुट्टीत पाहुण्यांची वर्दळ वाढली. ह्या सुट्टीला माझ्या मेहुण्याची पत्नी नयना आली होती. ती गेले वीस वर्षे मेहुण्यापासून वेगळे राहून पोटगी खात होती. तिच्यामुळे माझं भरलं घर मोडता मोडता वाचलं.

नयना आमच्या घरी आनंदानं राहिली. ती कुसुमला कामात मदत करायची. पडेल ते काम करायची. बसून कधी खायची नाही. त्यामुळे तिचं घरातलं वास्तव्य आम्हाला कधी अडचणीचं वाटलं नाही. जरी मेहुणा तिला नांदवत नसला तरी ती नात्यातली होती. त्यामुळे ती आम्हाला परकी वाटली नाही.

नयना आमच्याकडून गेल्यानंतर एका महिन्याने फोन आला. 'कुसुमची आई आजारी आहे. निघून या' मी, कुसुम आणि मुलं कार घेऊन गेलो. सर्वांच्या

चेहऱ्यावर तणाव जाणवत होता. काहीतरी गंभीर घडल्याची भयसूचक सूचना प्रत्येकाच्या नजरेत दिसत होती. सर्वांचं वागणं सहज वाटत नव्हतं. मला काय घडलंय ह्याचा अंदाज येत नव्हता. कुसुमची आई तर आजारी नव्हती.

माझ्याशी कोणीच मोकळेपणी बोलत नव्हते. रात्री मी झोपलो होतो. पण रात्रभर कुसुम जागी होती. तिला खूप त्रास झाला होता. तिला दवाखान्यालाही नेलं होतं. सकाळी तिचा चेहरा उद्ध्वस्त दिसत होता. मला कोणी काहीच सांगत नव्हतं. मला हा सगळा ताण असह्य होत होता. मी चिडलो. 'तुम्हाला सांगण्यासारखं नाही. तुम्ही पुण्याला जा. मी दोन दिवसांनी येते. मी पुण्यात आल्यावर तुम्हाला सगळ्या गोष्टी सांगेन.' कुसुमचा आवाज ऐकून मीही गार पडलो. माझा मी एकटा पुण्याला निघून आलो.

दोन दिवसांनंतर कुसुम आणि मुलं आली. ती माझ्याशी सरळ बोलत नव्हती. तिची प्रकृती बरीच खालावली होती. आमच्या घरात भयावह मौन नांदत होतं. मीच तिला छेडलं. ती रडू लागली. मी चिडलो. ती उठली. हॉलमध्ये गेली. बाबासाहेब आंबेडकरांची प्रतिमा माझ्या हातात आणून दिली. मला काय घडते आहे ह्याची कल्पना येत नव्हती. अमोल आणि अनघा ह्यात भरडून निघत होते. कुसुमने रडू आवरत ठामपणे मला विचारले, 'बाबासाहेबांची शपथ घेऊन सांगा, तुम्ही नयनाबरोबर झोपला नाहीत?' मला प्रचंड हसू आलं आणि त्यानंतर प्रचंड रडू.

'मी बाबासाहेबांची शपथ घेऊन सांगतो मी नयनाबरोबर झोपलो नाही. तुझी आणि मुलांचीही शपथ घेतो.' कुसुम शांत झाली होती. तिनं माझा निरपराध चेहरा वाचला होता. मला अशा गोष्टींसाठी बाबासाहेबांची शपथ घ्यावी लागत होती ह्याचा प्रचंड क्लेश होत होता. 'कोठलाही महार माणूस बाबासाहेबांची खोटी शपथ घेऊ शकत नाही' हा कुसुमचा विश्वास होता.

'नयनानं तुमचं नाव घेतलंय. तिला दिवस गेले आहेत.'

'हे शक्यच नाही.'

'आम्ही तिची वैद्यकीय तपासणी केली आहे. ती गरोदर नाही. पण ती तुमची बदनामी करत आहे.'

माझ्या पायाखालची जमीन घसरू लागली. मी काळजीत पडलो. तिने पोलिसात खोटी तक्रार केली तर काय होईल? वर्तमानपत्रात ह्याची बातमी छापून आली तर काय होईल? मी हादरून गेलो होतो. घरगुती कारण दाखवून मी रजा काढली. मला प्रचंड मानसिक त्रास होऊ लागला. मला उगीच दारात पोलिस आल्याचा भास होऊ लागला. रोज वर्तमानपत्राची पाने चाळून बातमी आली आहे का पाहू लागलो. मानसिक संतुलन बिघडून गेलं होतं. कुसुम तर बेशुद्ध पडत

होती. तिचे अंग थरथर कापत होते. डोक्यात प्रचंड वेदना सुरू झाल्या होत्या. तिच्यावर औषधोपचार सुरू झाले होते. घरातील शांती नष्ट झाली होती. कुसुमचं माहेरही ह्यात भरडून निघत होतं. मी नयनाच्या वागण्याचा पुन: पुन्हा विचार करू लागलो. मी तिच्याशी खूप चांगलं वागलो होतो. तीही घरात खूप चांगली वागली होती. मग तिने असे आरोप का करावेत? मी भूतकाळ चाळू लागलो. नयना आणि तिची आई मला भेटायला आल्या होत्या. नयनाच्या आईचं बोलणं मला आजही आठवू लागतं. ती म्हणाली होती. 'मी उपोषण केलं. अनेकांना सांगून पाहिलं. पण तुमचा मेहुणा आमच्या नयनाला नांदवत नाही. तुम्ही तिला घरात घ्यायला सांगा. तुमचं ऐकतील. नयनाला नांदव नाही तर कुसुमला नांदवणार नाही अशी धमकी द्या. ही आमची कळकळीची विनंती आहे. तरणीताठी लेक घरात बसून आहे. तिच्याकडे बघवत नाही.' मी त्यांची समजूत काढून पाठवलं होतं. त्यांच्यात कोर्ट कचेऱ्या चालू होत्या. त्यांचे संबंध पूर्णपणे फाटले होते.

नयना आता आम्हाला ब्लॅकमेलच करत होती. 'मला नांदवा नाही तर मी तुमच्या बहिणीच्या घरात घुसते.' पुढं काय घडेल ह्याची कल्पना येत नव्हती. हा प्रकार कोणाला सांगताही येत नव्हता. माझ्या चारित्र्याचे धिंडवडे निघत होते आणि मला मात्र काहीच करता येत नव्हते.

लक्ष्मण गायकवाड हे माझे घनिष्ट मित्र. मी त्यांना ह्या प्रकरणाविषयी सविस्तर सांगितलं. त्यांनी माझे आभारच मानले. 'शरण, तुम्ही मला सांगितले हे खूप बरे केले. ती बाई कुठल्याही थराला जाऊ शकते. तुम्ही तात्काळ वकिलाचा सल्ला घ्या. आणखीन काही मित्रांशी चर्चा करा. हे झाकून ठेवू नका.' लक्ष्मणच्या सल्ल्यामुळे मला धीर आला. मी माझे मित्र कुमार अनिलला घडला प्रकार सांगितला. वकिलाचा सल्ला घ्यायचं ठरवलं. कुमार अनिल आणि कुसुमवर ही जबाबदारी सोपवली. मेहुण्यालाही बोलावून घेतलं. वकिलाबरोबर चर्चा केल्यामुळे कुसुमचा मानसिक त्रास बराच कमी झाला.

रजा संपल्यावर मी नाशिकला गेलो. त्याच दिवशी सकाळी नयना घरी आली. तिच्याबरोबर तिचा भाऊ आणि भावजय होते. कुसुमचं अंग थरथरू लागलं. मुलंही गोंधळून गेली. नयना घरात आल्या आल्या घरकामाला सुरुवात केली. कुसुमने तिला रोखलं. नयना रडू लागली. 'मला माफ करा. माझं चुकलं. माझ्या तोंडाला जाळ लागला. मी भाऊचं नाव कसं घेतलं हे कळलंच नाही. स्वप्नात असं घडलं होतं. मी तुमच्या घरी राहून धुणं भांडी करेन.' कुसुमने त्या सर्वांचा पाहुणचार केला आणि त्यांना घराबाहेर काढले.

माझ्यावर कधी कोणी असा खोटा आरोप करेल असं कधी वाटलं नव्हतं.

नयनाने घरी येऊन माफी मागितल्यामुळे कुसुमच्या मनातलं किल्मिष नष्ट झालं होतं. एक ग्रहण सुटलं होतं. पण माझ्याकडे संशयानं पाहिलेल्या नजरा मात्र मला विसरता येत नव्हत्या.